தாய்வீடு

தாய்வீடு

ராஜசுந்தரராஜன்

டிஸ்கவரி புக் பேலஸ்
கே.கே.நகர் மேற்கு, சென்னை - 600 078.
(பாண்டிச்சேரி கெஸ்ட் ஹவுஸ் அருகில்)
Ph: 044-6515 7525 Mobile: +91 87545 07070

தாய்வீடு (கவிதைகள்)
ஆசிரியர்: ராஜசுந்தரராஜன்©

THAAIVEEDU (Poems)
Author: Rajasundararajan©

Discovery Book Palace First Edition: Jan - 2016
Pages: 208
ISBN: 978-93-84301-60-6
Cover Design: Manikandan
Book Design: R.Prakash

Discovery Book Palace (P) Ltd,
6, Mahaveer Complex,
Munusamy Salai, K.K.Nagar West,
Chennai-600 078.
Ph: +91 - 44-6515 7525
Mobile: +91 87545 07070

E-mail: **discoverybookpalace@gmail.com,**
Website: **www.discoverybookpalace.com**

Rs. 170

'தமிழினி'
வசந்தகுமார்க்கு

அணிந்துரை

நெஞ்சோடு வைத்து

தேதிகள்மேல் கவனம்வைக்கிற பழக்கம் இல்லை. ராஜசுந்தரராஜன் என்னை எழுதக் கேட்டும், “தாய்வீடு” கவிதைகளை மின்னஞ்சலில் அனுப்பியும் ஒரு மாதமேனும் இருக்கும். மிகுந்த சுணக்கத்திற்குப் பிந்தி, இந்த அடர்மழை பூசிய சாம்பல் வண்ணம் வேறு.

முதலில் ராஜசுந்தரராஜன் என்னுடன் தொலைபேசிய போது, ‘நானா? உங்களுக்கா?’ என்ற குரலே என்னிடம் எழும்பியது. எழுதச் சொன்னதன் மூலம் என்னை ஏதோ ஒருவிதத்தில் கௌரவிக்க நினைக்கிறார் என்பது தெரிந்தது. கௌரவம் என்பது இவ்வளவு பாரமானது, சுமந்து தீரவேண்டிய ஒன்று என அவ்வமையம் உணர்ந்திருக்கவில்லை.

இந்த ‘அவ்வமையம்’ கூட அவருடைய கொடையே. வழமையாக எனில், நான் ‘அச்சமையம்’ என்றே எழுதியிருப்பேனாகலாம். அவரிடம் ஒரு தனித்த மொழி இருக்கிறது. சங்கமும் விவிலியமும் சங்கமித்துப் புத்துயிர்த்த ஒன்று அது. யூமா வாசுகியின் “அமுத பருவம் வலம்புரியாய் அணைந்ததொரு சங்கு” வாசிக்கையில் அதனுடைய மொழி இப்படித்தான் ஏதோ செய்தது. மகுடேசுவரனின் “காமக் கடும்புனல்” கூட, தமிழின் தூய்மைமிகுத்து மிளிர்ந்த ஒன்றுதான்; ஆயினும், அதன் வாசிப்பு என்னுடைய எழுத்துமொழியை கட்டுப்படுத்தவில்லை. ராஜசுந்தரராஜனின் கவிதை மொழியுடைய ஈர்ப்பு என்னை அவரைவிட்டு நகரவிடாமலும், அவரைப் போல எழுதச் சொல்லியும் உள்முகமாகத் தீவிரமாகத் தூண்டுகிறது. ‘காற்றிலும் எடையிலதான’ ‘ஊன் தின்று வாழும் பருந்தொன்று மேலே, வான்நின்று நீந்தும் ஷெஹனாய்க் குரல்’ எனக்கு எங்ஙனம் வாய்க்கும்? வேறு வழியில்லை. அவர் சொற்களைக் கடன்பெற்று என் பணி செய்துவிடச் சித்தமுற்றேன்.

நெடுங்காலம் ராஜசுந்தரராஜனைத் தனிப்பட்ட முறையில், தூரத்தில் இருந்து பக்கத்தில் அறிவேன். என்னுடைய மிகக்குறுகிய தூத்துக்குடி வாழ்வில், நீர்மை சேர்த்தவர்களாக தேவதேவனும் ராஜசுந்தரராஜனும் சமயவேலுவும் இருந்தார்கள்.

ஒரு மனிதனாக அறிந்தவரையே ஒரு கவிஞனாக அறிவதென்பது முன்பே வேறு சிலரால் சாத்தியமாகியிருக்க, அதன் நீட்சியாக, இவருடைய "உயிர்மீட்சி" இருந்தது. பிற்பாடு கொஞ்சகாலம் அவர் எங்கே இருக்கிறார்; நான் எங்கே இருக்கிறேன் என்று அறியாதபடி, 'எல்லா முகங்களுக்கு இடையிலும் ஓர் இடைவெளி எனத் தோன்றி நிழற்றி' ஒருவருக்கொருவர் தொலைந்து போனோம். தமிழினி வெளியிட்ட "முகவீதி", 'நடுவிலெங்கோ தவறிப்போன' எங்களை மூளை முடுக்குகளில் ஒன்றான கவிதையின் வெட்டவெளியில் அல்லது முட்டுச்சந்தில் நிறுத்தியது. 'புகை அகன்று மண்டைக்குள் சுடர் நிமிர்ந்த' நேரத்தில் அந்தத் தொகுப்பின் வாசிப்புக்குப் பின் 'நம்மோடு நாம் காண, தம் மேனி வடுக்கள் தாங்கும்' தென்னைத் தழும்புகள் சற்று அதிகம் உற்றுப் பார்ப்பதற்காயின.

எளிய மனன ஆற்றல் மட்டுமே உடைய நான், 'சாவிலும் கூடத் தாயோடு வருவன அடிவயிற்றுத் தழும்புகள்' என்ற ஈற்றடிகளைக் கொஞ்ச காலம் நினைவில் இருத்தி, மறந்திருக்கிறேன். அந்தத் தொகுப்பை இப்போது புத்தகப் பின்வரிசையிலிருந்து தேடி எடுத்த வாசிப்புக்குப் பின், இந்த "தாய்வீடு" தொகுப்புக்கான கவிதைகளைத் துய்க்கையிலும் தோய்கையிலும் ஒன்று உறுதிப்படுகிறது.

ராஜசுந்தரராஜன் தன்னுடைய "உயிர்மீட்சி"யிலிருந்து "முகவீதி"யிலிருந்து, 'தேக்குமரம் பூத்தடங்க, மாமரங்கள் பூத்தொடங்கும் நீக்கமறு கனவுகளின் நிலம்' காண இந்தத் தொகுப்பில் வந்துவிடுகிறார். மறுதலையாகச் சொன்னால் அவர், மாமரங்கள் பூத்தடங்க, தேக்குமரம் பூத்தொடங்கும் நீக்கமறு மெய்யதன் நிலம்' வந்துற்ற காலத்துக் கவிதைகள் இவை.

நான் சொல் அருகி, சொல் அற்று, என்னுடைய இனித்த அல்லது துவர்த்த மொழியில் சொல்வதைக் காட்டிலும், மேம்பட மிகுபட்டு நிற்பது அவருடைய 'ஏரியின் மீதாகச் சிறகசைத்துக் கடக்கும் ஒற்றைப் பறவை'யின் பச்சையக் கிளர்ச்சிக் குரல்தான். இதுதான் வேற்றவர் எவரும் அடைய முடியாத ஒரு மெய்தளராத அம்மணம். எச்சில் தொட்டுத் திருப்பாமல், தன் விரல் தானே பட்டுத் திரும்பும் பக்கங்களில் திகுதிகுத்து எரியும் தீ. என்னை என் போக்கில் எழுதவிடாமல் தடுத்தாட்கொண்டபடி இருக்கும் 'பளிங்குக் குவளைக்குள் பனிப்பரல்'.

அவருக்கு நிகழ்ந்தன, நிகழ்வன குறித்து அவருடைய "நாடோடித் தடம்" கட்டுரைகளின் ஊடாக அறிந்ததை விட, இந்த "தாய்வீடு" கவிதைகளின் வழி என்னால் செறிவாக அறிய முடிகிறது. அவர் எப்போதும் எதையும் ஒளித்துவைக்கிறவர் இல்லை. எந்த

மனத்தடையும் இன்றித் தன்னை வெயிலில் திறந்து வைப்பவர். வெளிப்படையே அவரது உட்கிடை. அந்தப் பளிங்குப் பாங்குக்கு இங்கும் குறைவில்லை.

இந்தத் தொகுப்பில் "உயிர்மீட்சி", "முகவீதி" கவிதைகள் அனைத்தும் இணைக்கப்பட்டிருப்பினும் "தாய்வீடு" என்ற அவரது மூன்றாவது கட்டக் கவிதைகளில் அவர் அடைந்திருக்கிற செம்மையும் சீரும், அதற்கு முந்திய கட்டத்தின் கவிதைகளை உதறிவிட்டு மேற்சென்றுவிடுகின்றன. தமிழ் இலக்கியப் பதிப்புச் சூழலில், ஒரு கவிஞனுக்கு அவனுடைய படைப்பு வாழ்வின் இதுவரையிலான மொத்தக் கவிதைகளும் ஒற்றைக் கற்றையில் தொகுக்கப் படுவது ஒரு அபூர்வ நிகழ்வு ஆதலால், முந்திய கவிதைகளின் இணைவைத் தவிர்க்க இயலாமல் ஒப்புக்கொள்ள நேர்கிறது.

அவருக்கு உறவோடு ஒட்டிய மனம். தெருவோடு விட்ட உடல். கரும்பு என்பது அதன் சாறு அவ்வளவே என்று, மீண்டும் எல்லாம் முளைப்பதற்கே, நீருக்கு ஏது நிறமும் சுவையும் என்று, புற உலகும் புனைவே, ஈரத்தால் நிலம் முத்தப்படாத போதும் தூரத்தே வானவில் என்று, கண்டதென்ன பின்னே, எல்லாம் ஒரு பசிதான், கனவே வரம்பிலா விழி இனி என்று, வெயில் நனைக்கிறது என்றெலாம் அனுபவத்தால் வரும் சரியான தெளிவினை அடைந்துவிட்ட நிலையில் எழுதிய கவிதைகள் இவை. இவற்றில் ஒரு ஓசையின் மணி ஓயும் உம்காரம் இருக்கிறது. இந்தக் கவிதைகளை என்னுடைய கனத்த குரலில் வாசிக்கையில் உண்டான ஒலி அதிர்வுகளில், ஒரு ஒழுங்குபட்ட இசைக்குறிப்பு எழுதப்பட்டிருக்கிறது. வாசித்து முடிந்தபின் வாசிப்பொலி மிதக்கிறது.

ராஜசுந்தரராஜனுக்கு எல்லாவற்றோடும் தீராத உறவு. அதற்கிடையே எப்போதும் ஒரு நொடிநேரத் துறவு. சற்று விடப்படும் இடைவெளி. அந்த இடைவெளியில் நிற்கும் சமயமே அவர், 'ஒளியா, உருவா? நிழல் செய்வது எது?' என்றும் 'எதுவாகும் என் இறக்கைகளுக்கு ஆகாயம்?' என்றும் கேட்கலாகிறார். புருவமும் நரைத்த போக்குவெயிற் பொழுதில், வித்தையில் மிதந்து வீதிவழிப் படுகிறார்.

இந்த வரியை எழுதும்போது 'பார்வைக்குப் பார்வை தந்த பகல் பழுத்து உதிர்ந்துவிட்டது'. தொடர்ந்து கவிந்தும் பொழிந்தும் அந்தரத்தில் ஈரம் தொங்கவிடும் காற்றமுத்தப் பெருமழைக் கால முன்னிரவில், தொகுப்பின் கண்ணில் படுகிற பக்கத்தில் இருக்கிற 'சிறகி', 'மலைத்தல்' கவிதைகள் இரண்டையும் வாசித்தால் உணர்வுகளின் ரசாயன மாற்றத்தில், ரசனையின் ரசவாதம் நிகழ்கிறது.

யான்னியின் நைட்டிங்கேல் 'தன் கற்கண்டு ஒற்றைக் கூர்ங்கனலால் இதயம் இளக்கி ஆவியாக்கி வான் விரியப் பரத்துகிறது'. 'தீ நாவு தப்பியொரு புதர்நாகம் காலைச் சுற்றுகிறது'. இருட்டின் மின்வெட்டுப் பொழுதில் ஆர்வ விழியின் அகலேற்றுகிறது.

என் மொழியின் தரைப்பாலம் தகர்த்து, மதகு தாண்டி ராஜசுந்தரராஜனின் மொழி செந்நீராக மறுகால் பாய்கிறது. அணிந்துரை எழுதுகிற என்னுடைய அடையாளத்தை, சிறுபறவை எச்சமெனவேனும் சொட்டிவிடத் தவித்தால், 'ஏதொரு மாமகாக் காப்பியத்தையும் விட மீமிகப் பக்கங்களைக் கொண்டதென் இதயம்' என ராஜசுந்தரராஜனின் குரல் பேருருக்கொண்டு பிரமிப்பூட்டுகிறது.

வாழ்வையே காட்சியாக்கி, காட்சிக்கொரு சாட்சியாகி, மொழியின் முதல்தகவல் பதிகையில், அதையே அகாட்சியாக்கி, புழங்காத் தொல்சொல் புதுக்கி, தொன்மையைப் புடமிட்டு நவீனத்தில் பொற்கொல்லி, ஏலாத போது இணைந்து கதறி, அந்தரமும் நிலம்பாவலுமாக ஆடிநிற்கும் இந்தக் கவிதைகளை நான் என்ன செய்வேன் ராஜசுந்தரராஜன்?

'பாதுகாக்கப்பட வேண்டிய எதையும் கண் பார்வையில இல்ல, நெஞ்சுக்குப் பக்கத்துல வெச்சு நடக்கணும், சரியா?'

நல்லது ராஜசுந்தரராஜன், அவ்வண்ணமே பாதுகாப்பேன். நீங்கள் எனக்கு அளித்திருக்கும் இந்த கௌரவத்தை நெஞ்சொடு வைத்து நீடு கிளத்துவேன்.

நல்லா இருங்க!

கல்யாணி. சி.

திருநெல்வேலி
22.11.2015.

குருகுலம்

பிள்ளைப்பருவத்திலிருந்தே ஓவியத்தில் நாட்டமாகி கிறுக்கிக்கொண்டு திரிந்த எனக்கு 14 அல்லது 15 வயதுப் பருவத்தில் கவிதையிலும் நாட்டம் உண்டானது.

1968-இல் எனது பள்ளிப்பருவத்து முன்னத்தியன் ராமச்சந்திரன் என்பவன் தனது பாடப்புத்தகத்திலிருந்து கற்றறிந்த யாப்பிலக்கணத்தை எனக்கும் கற்பித்து எனது ஆர்வத்துக்கு அடியுரம் இட்டான். முதல்தொகுப்பை அவனுக்கே சமர்ப்பித்தேன்.

1971-இல், சிவகங்கை மன்னர் கல்லூரியில், மீரா என்னைக் கண்டுபிடித்தார். என் கவித்திறனை எனக்கு அடையாளம்காட்டி, அன்றே இந்தப் பாதையில் என்னை முடுக்கிவிட்டவர் அவர்தான். மட்டுமல்ல, எனது முதல்தொகுதி "உயிர்மீட்சி"யை 'அன்னம்' பதிப்பாகவும் 1986-இல் வெளியிட்டார்.

1977-இல், தூத்துக்குடி வாழ்க்கையில், தேவதேவனை சந்தித்தபோதுதான் புதுக்கவிதை என்றொரு வடிவமே எனக்குப் புரியவந்தது. அவர் மூலமாகவே அரிய பல புதுக்கவிதைகளை அறிமுகம்பெற்று ரசிக்கவும் கற்றேன்.

1978-இல் சுந்தரராமசாமி வீட்டு மொட்டைமாடியில் கூடும் 'காகங்கள்' தம்மில் ஒருவனாகி, அவர்வழி, சிக்கன மொழிநடை கற்றேன். அவரே எனது முதல்தொகுப்புக்கு முன்னுரை எழுதிச் சிறப்பித்தார்.

1980-இல் தொடங்கி சென்னையிலிருந்த மூன்றாண்டுகளும் பிரமிளோடு நட்பு வளர்த்தேன். அந்தக் காலகட்டத்தில் நான் எழுதிய ஒரொரு கவிதையும் அவரது கருத்துபெற்றே முழுமையடைந்திருக்கிறது.

இதற்கிடையில், கலாப்ரியா ஒருங்கிணைத்து நிகழ்த்திய குற்றாலத்துக் 'கவிதைப் பட்டறை'கள், எனக்கு மட்டுமல்ல, கலந்து கொண்ட எவர்க்கும் கவிதைப்பித்தம் பிடிக்கச் செய்திருக்கும். அப்படியொரு 'சங்கம்' இனி அமையுமா தெரியவில்லை.

"ஒரு தொகுப்பு வெளிவந்துவிட்டால், தமிழ்க்கவிஞர்களுக்கு எழுதுகிற ஆர்வம் குறைந்துவிடுகிறது" என்றெழுதி ராஜமார்த்தாண்டன்

என்னை எச்சரித்தார். மட்டுமல்ல, பிழைப்பு நிமித்தமாய் ஊர்நாடுஉலகம் சுற்றி நான் காணாமற்போன காலத்தும் இலக்கியரசனைவெளியின் ஞாபகத்தில் எனது பெயரை நிலைநிறுத்துவதில் அக்கறை கொண்டிருந்தார். 2002–இல் 'தமிழினி' வெளியீடாக வந்த எனது இரண்டாவது தொகுப்பு "முகவீதி"யை அவருக்கே சமர்ப்பித்தேன்.

"எழுதப்படுவதெல்லாம் திருத்தமாக வந்தேதீரவேண்டும் என்கிறதில்லை; தோன்றுவதையெல்லாம் எழுதிவைத்துக்கொண்டே வாருங்கள்!" என்றொரு யோசனை சொன்னார் தேவதச்சன். 1987 தொடங்கி இன்றளவும் எழுதுகிற அத்தனையும் அப்படி எழுதப்பட்டு, பிறகு ஒட்டு வெட்டுப் பட்டவைகளே.

'தமிழினி' வசந்தகுமார் போன்றொரு தமிழார்வலரை நான் கண்டதில்லை. கலை, இலக்கியம், திரைப்பட ரசனையிலும் அவருக்கு நிகராக கருத்துரைக்கும் ஒருவரை சந்தித்ததுமில்லை. அவ்வப்போது தொலைவிளித்து, எழுதுமாறு என்னைத் தூண்டிக்கொண்டே இருக்கிற அவர்க்கே எனது மூன்றாவது தொகுப்பான இதை சமர்ப்பிக்கிறேன்.

"உயிர்மீட்சி"யை உள்ளடக்கியே "முகவீதி" வெளிப்பட்டது. அந்த "முகவீதி"யை உள்ளடக்கியே இதுவும். ஆக, நான் எழுதிய கவிதைகள் இம்மொத்தமே.

இனியொரு வாய்ப்பு எனக்கு என் வாழ்நாளில் வருமா தெரியவில்லை. எனவே இத் தொகுப்பில், கல்யாண்ஜி (வண்ணதாசன்), நேசமித்திரன் பெயர்களும் இடம்பெறவேண்டும் என்று ஆசைப்பட்டேன். அதற்காக அவர்களை முறையே 'அணிந்துரை', 'மதிப்புரை' எழுத்தித்தரும்படி சுமத்தினேன். ஒரு பழைய ஓவியனாகவும் இன்றும் ஆர்வம் மாளாத கவிஞனாகவும் இயங்கும் எனக்கு இவர்கள் மிக முக்கியமானவர்கள். வண்ணதாசனில் போல நிறங்களை வேறெவர் எழுத்திலும் நான் காட்சிகொண்டதே இல்லை. நேசமித்திரன் கவிதைமொழியில் வரும் உவமங்களைப் போன்றும் அனுபவப்பட்டதில்லை.

நான் கொடுத்துவைத்தவன். எனக்கு கிடைத்த இத்துணை அரிய வாய்ப்புகள் வேறு எவர்க்கும் கிடைத்ததில்லை என்றே நம்புகிறேன்.

சென்னை
24.11.2015

ராஜசுந்தரராஜன்
rajasundararajan@gmail.com

பாயிரம்

உலகம் புரண்டு
இருட்டுக்குள் விழுவதற்கு முன்
வெளிச்சம் விடைவாங்கி விலகும்
அந்தி முகச்சாயல் இன்றும் புதியதாய்,
'ஒருநாளைப் போல இன்னொருநாள்
இல்லை' என்கிறதால்,
இப் பயண வண்டியின்
விழிச்சன்னல் வெளிக்காட்சி
மங்கி மறைகிற போதெல்லாம்,
விளக்கேற்றி,
உட்காட்சியும் உண்டென்று திரும்புங்கள்
உள்ளே...

ஆற்றுப்படை

தடிமரம் தொற்றி ஏறுதல்தானே
கடினம்; அது கழிந்தால்,
முடிமரம் உலுக்க
கிளைகள் படிஅமைக்கும்.

திறவுகோல்

தேடிக் கண்டுபிடித்துத்
திறந்தேனா,
திரு இருந்தது;
தெள்?

தேடுகிறேன்.

ஆய்வு

திசைகள்
எங்கேயும் திசைகள்.
மண்ணில்தான் இது என்று
வானேறிப் போனால்
அங்கேயும் திசைகள்.

இருந்தும் அதிலொரு தனித்திசை தேர்ந்து
ஏன் இந்தப் பயணம்?

அறியேன்.

ஆனாலும் அறிவேன்,
பயணமே வாழ்க்கை என்று.

சாராநிலை

காரைக்கட்டடங்கள் இடிக்கப்படுகின்றன
இப்போது கான்கிரீட்.
தெருக்கூத்துக்கு மவுசு இல்லை
இப்போது சினிமா.
ஓசைகள் இல்லை கவிதையில்
இப்போது ஓவியம்.

வீழ்வன இயல்பாய் வீழட்டும்
புலம்பாதிருப்போம்;
வெல்வன தாமே வெல்லட்டும்
கொக்கரிக்காதிருப்போம்!

இன்று கொக்கரித்து
நாளைக்கே புலம்புவதா?

வேண்டாம்.

பயன்பாடு

ஓவியம் எழுதவோ தூரிகை –
ஒட்டடையடித்தால் என்ன?

வீணையின் நரம்பை
துணியுலர்த்தும் வேலைக்கு எடுத்தால்
என்ன?

எழுத்துகள்
சொல்லாகி பொருள்குறித்தல் விடுத்து
பார்வையை நிறுத்துக்காட்டும்
படிக்கற்கள் ஆகிறதை

கண்டேன்
கண்மருத்துவமனையில்.

பசித்துவம்

கன்று முட்டி
பால் விளைந்தது
கறவை மடியில்;

பால்பறித்து
பணம்பண்ணின
மனிதவிரல்கள்.

கன்றுக்காக மனமிரங்கி
கண்ணீர்விட வேண்டா.

பால்தரும்வரைக்கும் பறிப்பதும்
பிறகு அப் பசுவையே கொன்று
கறி சமைப்பதும்கூட
நியாயம்தான் மனிதவாழ்வில்
வயிற்றுப்பசி சாட்சியாக.

வீடு

வீடொன்று வேண்டும்

வெயிலையோ மழையையோ
பகைப்பதற்கு அல்ல

காக்கையும் கூடுகட்டும்
அடைகாக்க.

அந்நியம்

கல்த்தூண் முள்க்கம்பி வேலிக்கும்
அப்பால் விரிந்து கிடக்கிறது
ஒரு வெள்ளக்காடு.

மழை ஓய்ந்தாலும் இன்னும்
வெறித்தபாடில்லை.

கருப்புவானத்தில்
மின்னல்
அடிக்கடி எதையோ அவசரஅவசரமாய்
எழுதிஎழுதிக் காட்டுகிறது;
தவளைகளுக்குப் புரிகிறது போலும்
உரக்க ஒப்பிக்கின்றன!

ஈரத்தில் வெட்கிய இலைகளைத் தொட்டு,
தூறல்
எதையோ கிசுகிசுக்கிறது;
காற்றுக்கு என்ன புரிந்ததோ
ஒரேயடியாய் கிளுகிளுக்கிறது!

கல்த்தூண் முள்க்கம்பி வேலிக்கும்
இப்பால், ஒரு கூரையின் கீழ்,
ஒன்றும் புரியாத நான்.

வாழும் வகை

நாக்கு தொங்க வாய்நீர் வடிய
நாறுகிற திசையெல்லாம் ஓடுது
நாய்.

கரணம்போட்டுக் கட்டிய வீட்டில்
இருந்து தின்னுது
சிலந்தி.

வீணைப் பயன்

கூரை தளம் சுவர்ச்சுற்று
வீடு அல்ல சிறை.

கட்டுக்குள் நிற்க முரண்டு
கிளர்கிறதுகள் தந்திகள்:
இசை.

கூரை-தளம்-சுவர்ச்சுற்று
இளகி
ஆவியாகி
இல்...

விடுதலை.

வெளிவேட்கை

பாதுகாப்பற்ற வெளியில் எங்கும்
ஊழிக்கூத்து.

திறவுகோல் கைவசம்
இறுமாப்பு.

புகுந்த அக்கணம்
நாலு திக்கிலும் சுவர்
சூழவந்து வளைத்துக்கொண்டது;
உச்சியிலும் கூரை
இறங்கி உட்கார்ந்துவிட்டது.

மூச்சுத்திணறி
ஒரு சன்னலை முயன்றேன்.
பளிங்குப்பலகைகள்
சுக்குநூறாக நொறுங்கிச் சிதற
அதன் சட்டங்களை உலுக்கி
உரறியது காற்று:
உன் தலையிலிடிந்து கூரை விழ!

திறவுகோல்
நுழைந்த வாசலைத் திறந்து மீண்டோடி
வெளிப்பட்டேன்.

வெளியிலெங்கும் ஊழிக்கூத்து
ஊடிறங்கி ஆடுகிறேன் நானும்.

இயற்கையாய்த்தான் சாவு
இனி.

இரண்டாவது மரணம்

உடல் சில்லிட்டு அசைவற்றுப் போனாய்
ஓ, இதுதான் சாவா?

தாய்முலை மறந்தபின்
பள்ளியறை திரையரங்கு கடைவீதி கோவிலென்று
அல்லும் பகலும் அலைந்தாயே
அது என்ன, வாழ்வா?

கொய்தபோது, பூவுக்கு,
வாழ்வு;
கூந்தலேறி உதிர்ந்துவிட்டால்
சாவு போலும்!

இழப்பு

வெதுவெயில் நீந்தி
வயல்களும் மரங்களும் வானநீலமும்
அம்மணக் குளியல் ஆடுகையில்,
ஓடும் வண்டியில்,
சன்னலோரம் இருந்து,
உறங்குகிறது
ஒரு வாலிபம்.

வளர்ந்துகெட்டவன்

சுற்றுச்சுவர்;
கொண்டியிட்ட கம்பிக்கதவு.
சுவர் மீது நீ;
விண்ணையும் வளைக்கிற
உன் விழிவிரிப்பு.
விழிக்குள் விழுந்து வியக்கிறது
காலைக் கதிர்!

முறுக்கேறிய நரம்புகள் எனக்கு
என்றபோதும், குழந்தாய்,
சுவரேறி நின்று
சூரியப் பூப்பறிக்கும்
வீரியம் இல்லை.

ஒண்டியோராள்

காற்று வாரிக்கொண்டு போகிற
சருகுகள்
என் பாதங்களில்.
என் தலையில்
விழுந்தது ஒரு சிறகின் இறகு.

பிறகும் ஏராளம் தலைக்குமேல் தாரகை
ஓர் எரிகல் உதிரல்
வருத்தம் பற்றவும் அருகதை இல்லை.

உதிர்ந்த பூச்சின் கண்ணாடி முகத்தில்
முகம் எனது எனத்தோன்று சிதிலம்.

உதிருவேன் திண்ணம்
மனித வினைத்தொகையில்
ஓர் இடைநிலை நானும்.

ஓர் இடைநிலை நான்
அம்மட்டுத்தான்.

புரட்சி

*மேகத்திலிருந்து
மழைமட்டும் அல்ல
மின்னலும் பிறக்கும்.*

வெளிச்சம்

நமக்கும் ஏன்
ஞாயிறு வான்சுடர் கோள்களுக்கெல்லாம்
சாவுதான் போக்கிடம்.

அதற்கென்ன சாகலாம்.
ஒளிரலாம் தவறில்லை அதுவரை நாம்.

இருட்காலம்

அவன் அசையாமல் கிடக்கிறான்.
அறையே தனதுதான் என்று வந்து
அடைகிறது இருட்டு.

கண்களில் ரேடியம் கசிய
நெஞ்சு பதைக்கிறது கடிகாரம்.

உறக்கம்தான் அவனுக்கு;
விழிப்பதும் நிச்சயம்
அவனல்லாவிட்டால் இன்னொருவன்.

கொலைநியாயம்

குற்றுயிரும் குலையுயிருமாய்க் கிடந்த
ஒரு சிகரெட்டை
முற்றாகக் கொன்றவன் நான்.
அதில் எனக்கு
குற்றபோதம் இல்லை.

தன்னையே பெய்தல்

நீரை விட்டேன் நீரை விட்டேன்
நெகிழ்ந்து கொடுத்தது நிலம்
செடி ஆனால் நிமிரவில்லை.

வேர்வை விட்டேன் வேர்வை விட்டேன்
வெயிலையும் விழுங்கிக் கறுத்தது இலை
மரம் காய்த்துச் சொரிந்தது பழம்.

குறியீடு

வானில் நகருகிற பறவை வரி.
ஒரு சிலைக்குறுக்கீடு.
ஒன்று படுகையாக
ஒன்று செங்குத்தாக
குறுக்குமுரண்.
மாட்டிக்கொண்டு மனிதகுமாரன்.

பரலோக ராஜ்யம்

*வான பரியந்தம் உயர்ந்த கோபுரத்தில் ஏறி,
இல்லை என்று கைவிரித்து நிற்கிறது
சிலுவை.*

விசுவாசம்

அடுப்பு பற்றவில்லை.
அழைக்கிறார்கள் ஆலயத்தில் மணியடித்து.
வெந்தும் வேகாமல் பாதியில்
விட்டுவிடவா முடியும்?
அவசரமாய்
அழைக்கிறார்கள் ஆலயத்தில் மணியடித்து.

ஏசுவே, இது என்ன சோதனை?

படிப்பறிவற்ற அன்னமேரிக்கு, ஒருவழியாய்,
பற்றிக்கொண்டது அடுப்பு.

ஒத்தாசையாய்
தன் தாளைக் கிழித்துத் தந்ததோ
பைபிள்.

கொடுப்பினை

இரா முழுக்க
தவம்கிடந்தன
வான் நிறைய மீன்கள்.
பரிதியை
நேர் நின்று கண்டதோ
விடிய வந்த ஒரு வெள்ளி.

ஆரோகணம்

சுவர் தன் ஒரு பகுதியை
கதவு என நெகிழ்க்கிறது.

சுதை கறுத்த கோபுரம்
விடிவெயில் மொண்டு குளிக்கிறது.

வெளி –
வெளியெங்கும் செறிகிறது ஒலி.

விசும்புக்கு நிமிர்கிறது
ஒரு விமானத்தின் கதி.

அவரோகணம்

வளிதுழாவிய சிறகுகள்
விலாவில் ஒடுங்கின.

மனிதரைச் சுமந்தலைந்த செருப்புகள்
மனைவந்து சேர்ந்தன.

வெயில் வடிந்து மங்கியது வெளிச்சம்.

ஒரு வீணையில், ஸ... ப... ஸ்... ப... ஸ...
நிசப்தம்.

மிகை

கேட்பதற்கு துளைகள் போதும்
என்றாலும் செவிமடல்கள்.
(*அறுத்துவிடலாமா ?*)

மானத்துக்கு ஆடை
அதில் ஆயிரத்தெட்டு வேலைப்பாடு.

கருக்கொண்ட பின்பும்
புணர்ச்சி.

உண்டமட்டில் உயிர்தங்காதோ
வீணையும் இசைக்கிறது.

மறுபக்கம்

நீல மலை
பக்கத்திலே போய்ப் பார்த்தால் பச்சை.

நிலவுக்கு உடல்
வெக்கை.

நேர்கோடு
வரைந்த தளம் நிலம் அது உருண்டை.

நீயும் நானும்
அவர்களுக்கு படர்க்கை.

துண்டிப்பு

மழெ இல்லெ தண்ணி இல்லெ.

ஒரு திக்குல இருந்துங்
கடதாசி வரத்து இல்லெ.

அடைக்கலாங் குருவிக்கு
கூடுகட்ட
என் வீடு சரிப்படலெ.

நான் ஒண்டியாத்தான் இருக்கேன்
இன்னும்.

விபரீதம்

கிறுக்குப்பிடித்த பெண்ணை
கர்ப்பவதியாக்க
எவன் மனம் துணிந்தது இப்படி!

அதற்குமுன் இவளை
புஷ்பவதியாக்க
இறை மனம் துணிந்ததே எப்படி?

கபளீகரம்

நாளுக்குநாள் குடிசைப் பெருக்கெடுப்பு.
தலைதப்ப எக்கித் தவிக்கின்றன கட்டடங்கள்.

ஒளியை விழுங்கித் தடிக்கிறது இருள்.

வீதியில் போவோர் வருவோரை இழுத்து
விலைபறிக்கிறது சாப்பாட்டுக் கடை.
தொட்டடுத்த எச்சிலைத் தொட்டிக்குள்
ஒரு தாய் –

முடிவற்றுத் தெரிகிறது
அவள் தேடல்.

வறட்சி

வானுக்கு இல்லை இரக்கம்; பூமிக்கு
வெயில் என்று வருகிறது நெருப்பு.
காற்றுக்கு விடைசொல்லித்
துக்கித்திருக்கிறது வீதி.
அடிஉரைகளும் கிணற்றுக்குள்
வாய்வறண்டு
சுருண்டுவிட்டன.
தாகித்து அணுகுகிற வாளிக்கு
என்ன சொல்வது பதில்?

கறங்குவெள் அருவி கல்அலைத்து ஒழுகிய
பறம்பும், இன்று, வெறும் பாறை.

உயிர்மீட்சி

1. சிதிலம்

இரவிலும் புழுக்கம்.
விசிறியின் சிறகுகள் அனல்வாரி இறைக்க
கனவிலும் இல்லை உறக்கம்.
எங்கு சென்றது காற்று?
பகலிலோ என்றால்,
இருள்விரட்ட வந்ததாயில்லை,
உயிர்விரட்ட வந்ததேபோல்
பரிதியின் உருக்கம்.
மடல்பட்டு பனைகள் முண்டமாயின.
மரம் செடி கொடிகளும் தீய்ந்துபோயின.
மீன்கள் கருவாடாகி
பருந்துகள் புசித்தது பழையகதை.
நதியின் மடியில் இன்று மணலே மிச்சம்.
என்னவாயிற்று வானின் ஈகை?
பின்னாளில் தன்னைப் பேணுவான் என்று
பாடுபட்டு ஒருவனைப் படிக்கவைத்தாயே,
உனதருமைப் புதல்வன், அவன் உனக்குத்
தம்பிடிக் காசேனும் தருகின்றானா?
தாலாட்டிச் சீராட்டித் தழுவித்தன் பாலூட்டி
ஆளாக்கிவிட்டாளே அன்னை அவள் இன்று,
வேலை கிடைக்காத வெறும்பயலே என்றுன்னை
வசைபாடி தினமும் வதைக்கின்றாளா?
யார்சொல்லிக் கற்றது செய்ந்நன்றி மறத்தல்?
ஆதாயம்தானோ தாய்அன்பிற்கும் அடிக்கல்?

தெருவு கொள்ளாமல் மனித முகங்கள்.
எந்த இரு முகங்களுக்கிடையிலும்
இணக்கம் இல்லை.

நாய்கூட, இன்னொரு நாயைக் கண்டால்,
முறைக்கும் அல்லது வாலாட்டிக் குழையும்.
எதிர்வரும் மனிதனின் முகம்கண்டு
ஒரு முகக்குறி காட்டினால் என்ன?
எல்லார் முகத்திலும் ஏனிந்த இறுக்கம்?
தானே தனக்குள் அடைகாத்து அடைகாத்து
என்னதான் விடியும்?

பிறமுகம் மறுத்து தன்வய இருட்டில்
தனிமைப்படுவதேன் மனித முகங்கள்?
யாரது, ராமனா? எங்கே உன் தாரம்?
சீர்கொண்டு வந்தவள் சீரன்றி
வேறென்ன தேவை என்று
தீ கொண்டு அவளைத் தீர்த்துவிட்டாயா?
இருமைக்குள் போராட்டம் இருக்கும்தான் அதற்காக
தனிமைக்குள் தலைகொடுத்து
தற்கொலை ஏன்?

கனவுகள் கட்டுச்சோறாய்
ஒரு புனிதப்பயணம் போயிருந்தேன்.
கங்கை நதியிலும் அங்கே
நீரில்லை கண்டேன் நிணம்.
வெயில் அபகரித்த வீதிகள் –
ஊரில் எங்குமே ஆள் அரவம் இல்லை.
குட்டிச்சுவர் ஒன்றின்
புன்நிழல் புகலிடமாக
படுத்திருந்தது ஒரு மனிதன் என்றோடிப்
புரட்டிப்பார்த்தேன்:
எலிகள் புரண்டெழுந்து பல்நீட்டிச் சீறின;
விழிகள் தோண்டப்பட்டு,
மூக்கிழந்து,
உதடுகள் செவிமடல் உண்ணப்பட்டு,
குடல்கிழித்துக் குதறப்பட்ட
மனித மிச்சம்.
உயிரைக் கையில் வாரி
ஓடி அகன்றேன்.

பசுமரச் சோலையில் செறிநிழல் தேர்ந்து
அயர்ந்திருந்தார்க்கு
பாறையின் அடிநிழல் ஒரு நிழலாகுமா?
விளையாட்டு அரங்கின் திரளோடிருந்து
ஆர்ப்பரித்தார்க்கு
சுடுகாட்டுப் பிணம் ஒரு துணையாகுமா?
எங்கும் பொட்டல்காடு;
எங்கும் தனிமையின் அவலம்.
என்ன செய்வது இனி?

2. புலப்பாடு

வெறி, நரம்புகளில் ஏறி,
உயிர்தின்கிறபோது
தியானத்தை நாடலாம்தான்.
வெறுமை, இன்மையைநோக்கி,
விரிகின்றபோது
சமைந்து கல்லாவது சாத்தியமில்லை.

3. கிளர்ச்சி

மயான அமைதியின் கருவறையில்
ஒரு புயல் உருவானது;
வான்முட்ட மண்ணை வாரியிறைத்து
வெறிகொண்டு அலைந்தது.
பிணந்தின்று நின்ற சுடுகாட்டு நெருப்பின்
பிழம்புகள் அவிந்தன;
பேய் நடுநடுங்க வேகாத பிணங்கள்
பாதியில் எழுந்தன.
காற்றில்லை என்றவன் யார் என்று பிளிறிச்
சீறிச் சினந்தது காற்று;
கதவுகளோ தடதடவென்றடித்து
அலறின அதுகேட்டு.
முறிந்தன கிளைகள்.

மூழ்கின எல்லாம் புழுதிப்புயலில்.
விண்ணெட்டுத்திக்கும் மேகமூட்டம்;
மின்னல் இடியென ஓரேகொண்டாட்டம்.
நிலம் குளிர்ந்தது;
காற்றுமண்டிலம் நீராய்ப் பொழிந்தது.
மண்ணில் எங்கும் மழைநீர் வெள்ளம்;
வானுக்கும் மண்ணுக்கும் நீரே தோரணம்.
ஊற்றுக்கண்டன சுனைகள்; உருண்டுபுரண்டு
தலைகுப்புற விழுந்தன அருவிகள்.
கரைகடந்து இயன்றது நதியின் நடை.
திரை உயர்ந்து கடல் ஓவென்று கத்தி
பாறையின் நெஞ்சில்
ஓங்கிஓங்கி அறைந்தது.

நாளக்கால்களில் வெதுவெதுப்பேற
உயிர்க்கரு உசும்பி விழித்தது.
விழிகளில் சிவப்பேறிப் படர்ந்தது.
இதழ்கள் அமுதுண்டு அமுதுண்டு வெளுத்தன.
நாசித் துளைகள்
வெப்பக் காற்றை
வெளிவிட்டு வெளிவிட்டு விரிந்தன.
ஆடையைத் துறந்த மேனியில்
உணர்ச்சிகள்
கோடானுகோடி நாட்டியம்.
குருதி கொதிப்பேறிச் சுழல
விம்மி நிமிர்ந்தன மேனியில் உறுப்புகள்.
மென்மை இறுகித் திண்ணென்று திரண்டு
போர்கொளத் துடித்தது.
வெண்ணெய்ப் பிடிப்பில் வழுக்கி வழுக்கி
வெறிகொண்டு நடந்தது தாக்குதல்.
பின்னிப் பிணைந்த ஐக்கியப் பரப்பில்
உந்தி உள்வாங்கியொரு நடுக்கம்.
உச்சப் புள்ளியில் ஊற்றுக்கண் திறந்து
எரிமலைக் குழம்பின் இறக்கம்.
மேனிப் பரப்பில் வேர்வைப் புனலொடு
மென்மை மீண்டபோது
எங்கும் அமைதி மவுனம் மவுனம்.

4. நம்பிக்கை

இருட்டு எல்லையற்று இருந்தால் என்ன?
உன் மனம் எனக்கும்
என் மனம் உனக்கும்
விளங்கினால் எல்லாம் மீளும்.
நம் இருவரின் பிணைப்பில்,
மறுபடியும்,
பேரண்டமே பிறக்கும்.

5. விடுதலை

அலைமேல்அலை அடுத்தடுத்து வந்து
கரைதொட்டு ஆடும் களிநடனம்.
கடல்வெண்காக்கைகள் திரைதோய்ந்தாடி
குரலெடுத்துக் கூவும் உல்லாசம்.
வலைகொள்ளாமல் விழுந்த மீன்வாரிக்
கொண்டோடி வருகிற வள்ளக் கூட்டம்.
வணிகமாந்தர்தம் ஏலக் குரலையும்
விழுங்கி மேலெழுகிற மகிழ்ச்சியாரவாரம்.

இருகரை மருங்கிலும் சோலைகள் இயற்றியும்
ஏரி குளங்களை நிரப்பியும்
அமுதசுரபியாய் நிறைந்துநின்றொழுகும்
தெளிந்த தீம்புனல் ஆறு.
வயல்வெளியெங்கும்
மீனெற்றிக் களிக்கிற
கொக்குகள் கூழைக்கடாக்கள்.
தாய்முலைப் பாலை வாய்வாங்கி உமிழ்கிற
கொழுகொழு பச்சிளங் குழந்தைகள்.
எருமைகள் பசுக்கள் மடிவீங்கி வருந்த
காளைகள்குடிக்க வைத்த கஞ்சியைக் கவிழ்த்து
துள்ளிக்குதிக்கிற கன்றுக்குட்டிகள்.
களத்துமேட்டில் சதாகாலமும்
நெல் பயறு தேங்காய்ப்பருப்பு என
உணந்துகொண்டேயிருக்க

ஆடுகோழிகள் அடைக்க இடமில்லை
வீடு வெளி யெல்லாம் பூமியின் விளைச்சல்.
அஞ்சல்காரன் வந்திருந்தானே
என்ன சேதி சொன்னான்?
நல்ல சேதிதான், என் பிள்ளை அனுப்பிய
பணம் கொண்டுவந்து தந்தான்.

திறந்துகொண்டன தொழிற்சாலைக் கதவுகள்.
புகைபோக்கிகளுக்கு உயிர் மீண்டு வந்தது.
எந்திர இரைச்சல் செவிகளில் இனித்தது.
எல்லார் வீட்டிலும் விருந்தினர் வருகை;
எந்த நேரமும் புகைகிற அடுப்பு.
வேலைகிடைத்து
பட்டணம் போகிறான் பையன்;
வழியனுப்ப வந்து,
விழிகளில்,
நீர்ததும்ப நிற்கிறாள் அன்னை.
கிளிகளே! பைங்கிளிகளே! போகிறதெங்கே?
கங்கைக்கரை வயற் கதிர்கள் கொய்ய.
அணில்களே! வரிப்புற அணில்களே! போகிறதெங்கே?
கங்கைக்கரை வனக் கனிகள் கொறிக்க.
கங்கைநதி மிகப்புனிதமானது
கணக்கற்ற வயிறுகளுக்கு அமுதுபடைக்கிறது.

யாரது, ராமனா? எங்கே உன் தாரம்?
என்ன இது! ஏய், என்ன விசேஷம்?
ஒன்னுக்கு ரெண்டாய் இனிப்புகள் எதுக்கு?
தெருவுகொள்ளாமல் மனித முகங்கள்;
முகத்துக்கு முகம் புன்னகைப் பூக்கள்.
வீட்டிற்கு வெளியே தலைகாட்டினாற் போதும்
வந்து குவிகிற வாழ்த்துகள்:
குட் மார்னிங் ஃப்ரெண்ட்!
ஹேவ் அ நைஸ் டே!
தேங்க் யூ.
குட் மார்னிங், ஸார்,
இட்ஸ் ஆல் பிகாஸ் ஆஃப் யூ.

ஐ ஹேவ் பாஸ்ட் மை எக்ஸாம்ஸ்.
தேங்க் யூ. கங்க்ராஜுலேஷன்ஸ்!
தெரியாத முகமொன்றும் தெருவில் இல்லை.
கைகள் கைகளைப் பற்றிப் பிடித்து
கனிவுடன் நடத்தும் நலவிசாரணைகள்:
ராமா, பெற்றுக் கிடக்கிற உன் மனைவியும்
பிள்ளைகளும் – ரெட்டைக் குழந்தையாமே –
ஸௌக்யம்தானே ?
பரிபூர்ண ஸௌக்யம்.
பாருக்கு இடம்கொடாப் பாறை, பசுமர
வேருக்கு நெகிழ்கிற வேடிக்கை
என் மனம் உனக்கும்
உன் மனம் எனக்கும்
புரிந்ததால் வந்தது புதுவாழ்க்கை.

புள்ளி

ஒன்றுமில்லை
ஒரு புள்ளி.
ஒரு தத்துவப் பிரச்சனை
ஏன் ஒரு சமுதாயப் பிரச்சனைகூட
அல்ல அல்ல
ஒரு புள்ளிதான் அதுவும் கரும்புள்ளி.
நான் தியானம் பயின்றவன் இல்லை.
உட்காரும்
விட்டகணம் படபடக்கும்
ஒரு பட்டாம்பூச்சி என் பார்வை
அதை ஒருமுனைப் படுத்த ஓர் ஆதாரம் என்று
வம்பு பண்ணுகிறது
மேலாடை விலக
விலகல்
அறியாதவயசுப் பெண்ணின்
முலைச்சாரல்
மச்சம்.

ஒவ்வாச்சுருதி

குளிர் கண்டிருந்தது காற்றில்.

என்னவோ செய்தது என் உடம்புக்கு.

கட்டுக்கயிற்றில் நிம்மதியற்றுப்
பரபரத்தது வீட்டுநாய்;
கட்டற்றுப் புணர்ந்தன தெருநாய்கள்.

விடலை என்
எதிரே தோன்றி
ஒரு விற்பனைக்காரி
வேண்டுமோ என்கிறாள்,

முழம் மல்லிகை.

அங்காடித் தெருவிலொரு மாடி

தெருவோடு அலைகிறேன்.
தெருவும்,
வாழ்விடங்களைப் பின்தள்ளி
கடைமுஞ்சிகள் துருத்தி
நெடுகிலும்
துலாக்கோல் அலைவு
தொற்றி அலைகிறது.

முகில்கூடி இயங்கும்
ஈரவானம் எழினியாக
என் பார்வையை மேல்விளிக்கும்
ஒரு மாடிவசீகரம் நீ.

தெருவோடு நான்.

இதன் அலைவுதொற்றி
ஆதாயக் கீழ்இழுப்பில்
சரிகிறது என் பார்வை.

நோவு

*சில சமையம் நயந்து
சில சமையம் பிடரிபிடித்துத் தள்ளி,
திற! திற! என்று நச்சரிக்கிறது.*

கதவின் மறுபுறம் நீ.

*தன்னளவில் எல்லாத் தளங்களிலும்
வாழ்ந்துவிடும் அனுபவம் போதாதா?
"பார்வைக்கு வை!" என்று பறக்கிறது.*

*வைரஒளிப்பூந் தாரகைப் பாய்மீது படுத்து
நான் காணும் கனவுகளை
எம்மொழி கொண்டு
உன் கண்களில் மின்னிடப் பெயர்ப்பேன்?*

*இதய மடற்குழிவில்
ஊறும் நறுந்தேனை
எவ்வழி கண்டு
உன் இதழ்களில் சுவைதரச் சுரப்பேன்?*

*கொப்பூழ்க்கொடி அறுந்துபட்டாற்கூட,
என் உணர்வுகளின் கணக்கில்,
குறைப்பிரசவம்தான்.
"ஈன்றுபோடு!" என்று
உதைக்கிறது கருப்பையின் உட்சுவரை.*

கதவின் மறுபுறம் நீ.

*உன் கையில்
இருக்கக்கூடும் தொட்டில்;
இருக்கவும்கூடும் வெட்டறுவாள்.*

காயம்

பூத்தபோது, அடடா
அழகு என்றேன்.
காய்த்தபோது
காலில் குத்தியது நெருஞ்சி.

மேகங்கள் பொங்கி வெளுத்தன;
காற்றும் திசைமாறி மேல்கீழாய்ப் பாய்கிறது.
என்ன தந்தாய் நீ எனக்கு,
சில நரைமுடிகளைத் தவிர?

நம் அம்மணம்
திரை என்று கொண்ட
ஆற்றோர நாணற் புதர்,
நீ அள்ளிப் பருகிய வாய்க்கால் –
இருக்கிறதா இன்னும்
உன் நினைவுகளில் ஈரம்?

நான் போகிறேன்.
வானம் கருக்கொண்டு மீண்டும் மழை வரலாம்;
பூமி பூச்சூடி மேலும் பொலிவுறலாம்:
மறப்பதற்கில்லை
நெருஞ்சிப் பரப்பின் மஞ்சள் வசீகரம்.

சிறகுகளோடெ கதை

அல்லாடுகிறது
ஓயாத சிறகுகளில்
ஒரு வண்ணத்துப் பூச்சி.
தன் இதழ்களை
இன்னும் ஏந்தவில்லை திறந்து
அந்த ரோசாச் செடி.
திசைமாறித்திசைமாறி
காற்றும்
சிலபல பயணங்கள் கண்டுவிடும்.
கறுப்பாகி வெளுப்பாகி
காணாமலாகி
வான முகில்களின் வாழ்க்கையும்
சிலபல வளையங்கள் வந்துவிடும்.
தன் இதழ்களை அந்த ரோசாச்செடி
இறுக்கம் தளர்த்துகிறபோது
அருந்த
ஒரு பிறிது வாய்கூட
வந்தேன் என்று முந்திவிடும்.
ஓயாத சிறகுகள்
அந்த வண்ணத்துப்பூச்சிக்கு:
காற்றின் கைவாகில் அப்போதும்
புழுதியில் புரண்டுபுரண்டு
எழுதிக்கொண்டு போகும்,
தன் தோல்வியே ஒரு காவியம் என.

கையறுநிலை

அடுத்தவீட்டுக் கதவென்று அறிந்திருந்தும்
என் வீட்டுக் கதவுதான்
தட்டப்படுகிறதாக நம்பி,
ஓடிஓடித் திறக்கிறேன்.

வரப்போவதில்லை
இனி அவள் வரப்போவதேயில்லை.

மேசை முதலான வீட்டுச்சாமான்கள்
தூசு கனத்து துக்கத்தில் ஆழ்ந்தன.

குப்புற விழுந்து குமுறலாம்
கூரையை வெறித்து பெருமூச்சு விடலாம்
வரப்போவதில்லை
இனி அவள் வரப்போவதேயில்லை.

முடுக்க மறந்த கடிகாரம்;
கிழிக்க மறந்த நாட்காட்டி.

வீட்டுக்கு வெளியே, எனக்கென்ன என்று,
இரவாகி பகலாகி இயல்கிறது காலம்.

நிச்சயமின்மை

நள்ளிரவு.
இரைச்சலிடுகிற எந்திரங்களுக்கு நடுவே
அலைகிறேன்.
உன் வீடு,
தொழிற்சாலைக்கு வெளியே,
உறக்கத்தில் இருக்கும்.
இன்று பகல்,
பருவம் மதர்த்து திமிர்கொண்டு சாடும்
உடம்புடன் ஒருத்தியைக்
காண நேர்ந்தது:
பைத்தியம் அவள்.
இன்று இரவு, இதோ
பௌர்ணமி நிலவின் முழுமையில்
நிலத்தின் நிழல் ஏறி
இருள்செய்கிறது.
விளக்கு நீயாக
பாதை தேர்ந்தெடுத்தேன்.
விடைவாங்கி இடைவழியில்
விலகிவிட்டாய்.
இரைச்சலிடுகிற எந்திரங்களுக்கு நடுவே
அலைகிறேன்.
கருவிகள் என்னவோ
நலம் நலம் என்றே காட்டுகின்றன.
யார் கண்டது,
எந்நேரத்திலும் எதுவும் நடக்கலாம்.

பாலை

வறண்டுபோன காற்று தீண்டி
வாகை நெற்றுகள் புலம்பல்.
நிழல்தொலைத்த மரத்தின் கிளையில்
தனித்திருந்தொரு பருந்தின் ஓலம்.

எதுவும் என் வசம் இல்லை.

விழிகளின் வெய்ய நீரும்
இமைவரம்பின்
எல்லை மீறிச் சொரிகிறது.

தொலைவெளியில்,
எனைப்பிரிந்த உயிர் அகன்று
கரைகிறது.

எல்லை

அலைவறண்டது கடல்.
ஒளிவறண்டது வான்.
உயிர்வறண்டது காற்று.

நிலமெங்கும் சருகுகள்.
நெய்தவனே பிணமாகித் தொங்க
கிழிந்துபட்டது சிலந்திக்கூடு.

தெரிகிறது சாவின் பாசறை
திரும்பாது இனி என் படை.

இலையுதிர்காலம்

மூளிக்கொம்புகள் ஊடே
தேய்ந்த நிலா.

நீர்சுண்டிப்போன குளத்திலிருந்து
நெடி.

தொய்ந்துபோய்விட்ட கிதார்க் கம்பிகள்.
தொண்டைப் புகைச்சல்.

பிய்ந்துபோய்விட்ட பாயில் புரண்டு
ஒடுங்க நிற்கிற உயிர்.

ஒடுங்கிவிட்ட ஊர்.

சிலுவை

ஒடுங்கிவிட்டது ஊர்.

விளக்குகள் தலைகவிழ்ந்து நிற்கிற
தெருப்பாலையில்,
தனிமையில் மெனக்கெடும் மனித ஓர் உரு
அலைகிறேன்.

தாலிபட்டறியாத கழுத்தில் இவளை
கைம்மை கவிந்த முகம்வரித்துக் காணவா
விலகி மீண்டது என் பாதை ?

அரையிருள் அந்தி அந்நாள்
இவள் அவன் மிதிவண்டிச் சுமைதூக்கி தொட்டு

இணங்கி அவனோடு குணுங்கியதாக
கண்கள் எனது கண்டதென்ன மாயை!

கெக்கெலிக்கிறது ஆந்தைப் பெருங்குரல்.

நான் பற்றிக்கொணர்ந்த கை இந்நேரம்
மார்போடு மகவணைதது
உறங்கிக்கொண்டிருக்கும்.

லாமா சபக்தானி ? லாமா சபக்தானி ?
இவள் விழிக்குரல் ஓல உருக்கம்
என் உளச்செவி சிலம்பச்சிலம்ப

அலைகிறேன்.

முகில்நிழல்

கிணற்றுநீர் இறைத்து எனக்கு
குளிக்கத் தர
என் கொழுந்திகள் மனமொருங்கா
ஆறு குளம் வறண்ட ஊரிலிருந்து
வருகிறேன்.

தன் குறுக்குவினாக்களால்
நிலைநிறுத்தப்படுகிறது எனது ஒழுக்கம்
என்று நம்பிவருகிற என் மனைவி
வசம் போகிறேன்.

இப் பயணவண்டியில்
சிறுதொலைவு என்னோடு
செம்புலப் பெயல்நீர் செய்தாய்
நீ வாழி, தோழி!

உன் நினைவுகளில் உயிர்த்தெழும்
என் இனிவரும் நாள்கள்.

கற்பு

கனவுகளில், அது போதாதென்று
இதழ்அவிழ்கிற நினைவுகளில்,
போதை எனப் புரண்டு
முகம்திரண்டு
அழைக்கிறது திரும்பத்திரும்ப.

தண்ணென்று பரவித் தீண்டி
இழுக்கிறது மலையின் காற்று.
அருவியும் தொலைவில் இல்லை.

இருந்தும்,
புழக்கடைக் கிணற்று வாளி
முங்கிமுங்கி நீர்பெருக்க
முடித்துக்கொள்கிறேன் எனது குளியலை.

காரணம்

உன் சும்மா அழகையே
கண்ணால் தாண்டுதல்
அரிய காரியம்.

மணக்கோலத்தில் நீ என்றானால்...

வெயிலும் காய்கிறேன் போர்வழி என்று, அன்று,
எதிர்மிளிர்ந்துகொண்டிருந்தது
உன் பொலிவைத்தான் போலும்!

என் உள்வெடிச் சிதறல், அச் சூழலில்,
ஒவ்வாத காட்சி என்றாகி
விழிச்சுவை அவரோகணிக்கவும் கூடும்:
இன்னோர் ஆள் கையில் உன் கை
என்பதற்காக அல்ல
உன் மணவிழாக் காண
நான் வராமல் தவிர்த்தது.

கட்டளை

இதுநாள்வரை கனவுமொழி
சரளமாய்க் கதைத்த
உன் கண்கள்
இன்னோர் ஆள் உன் ஆள்
இன்று கனிவுமொழி
ஒன்றிரண்டு உச்சரிக்கவும்
தடுமாறி...

ஏழாவது மட்டும்தான் உனக்கு;
கட்டளைகள்
எழும் பத்தும் எனக்கு.

நாலாவது கட்டளையை மீறினார் இயேசு
நன்மை கருதி.

காக்கை வரும் புள்ளி

அசையாமல் நின்றிருந்தாய்
நினைவுகளை அசைபோட்டு
ஸ்மரோ வாவ ஆகாசாத் பூய:

அசைந்து முன் வந்ததொரு காக்கை
அது கண்ணசைவில் அப்படியே
உன்னசைவு அப்புறமும் கட்டுண்டு
சமைய
அது சமையம் பார்த்து
உன் தலையிலேறத் தாவுகையில்

விலகி

ஆள் என்று
நினைவுச்சின்னம் அல்ல என்று
காணும் ஒரு கட்டாய நிகழ்வுக்கு
ஆளாகி விடுகிறாய்
அசைந்து.

ஆசுவாசம்

கடல்மேவி வருகிறது காற்று.
பாடுபட்ட மேனி குளிர
பனிக்கிறது வேர்வை.

ஆறு தன் சின்னஞ்சிறு அலைகளை நீட்டி
அழுக்குத் துணிகளிடம் அடிவாங்கி நொந்த
வண்ணாந்துறைக் கற்களை
வருடிக்கொடுக்கிறது.

மேற்கு நிலவிளிம்பு
சூரியனை மூட
வெப்பம் தணிகிறது.

இரவுக்கு வர்ணம்பூசி இழைகின்ற
தாலாட்டில்
அழுகுரல் அடங்கி ஓய
நுழைகிறது துயில்.

உறக்கப் பகுப்பாய்வு

கனவுநிகழ்வேளை நிகழ்நிகழ்
உறக்கத்துள் விழிப்புக்குள் உறக்கம் விழிப்பு
அறிகிலேன்மன் அஃதவ்வேளை
கனவு நிகழ்வேளை.
அறிகிலேனால் என்?
அவ்வேளை கனவுநிகழ்வேளை.
கனவின் இடைவேளை சிலவேளை
உறக்கத்துள் ஆழ்கிறு ஏன் ஆகலாம்
அறிகிறு அல்லேன் அஃது அவ்வேளை
கனவின் இடைவேளை.
அறிகிறு அல்லேனால் என்ன?
அவ்வேளை கனவின் இடைவேளை.
கனவின் இடைவேளை சிலவேளை
விழிப்புக்குள் உணர்கிறேன் போலும்
அறிகிறேன் போல அது அவ்வேளை
கனவின் இடைவேளை.
அறிகிறேன் போலவால் என்ன பயன்?
அவ்வேளை கனவின் இடைவேளை.
கனவின் விடிவேளை வேளாவேளை
கொட்டவிழித்துக்கொள்கிறேன்.
அறிகிறேன் அது அவ்வேளை
கனவின் விடிவேளை.
அறிகிறேன் அதனால் என்ன பயனென்றால்,
அவ்வேளை கனவின் விடிவேளை.

புறவெளிச்சம்

அதுக்கும் எனக்கும் இடையில்
பனிதான் திரை. மூடுபனி.

நான் கண்டுதீரவேண்டும் அதை.

கண்களை இடுக்கிப் பார்த்தேன்
கண்ணாடி துடைத்துப்போட்டுப் பார்த்தேன்
காணமுடியவில்லை.

தொலைந்துபோயிருக்கிற
என் பார்வையின் தொலைவை
என்னை முன்நகர்த்தித்தான் போலும்
ஈடுகட்டவேண்டும்!

நான் அலுத்துக்கொண்டபோது
நின்ற இடத்திலேயே என்னை நிறுத்தி
அதைக்
காட்டிக்கொடுத்தது
உதயத்தின் ஒளிக் கண்.

பொய்த்தோற்றம்

சிறகுகள் சிறைப்படவில்லை.
பறக்க முயன்றேன்; அப்போதுதான்
தெரிந்தது:

கால்கள் கண்ணிக்குள்.

விட்ட குறை

மண் மீது
ஒரு பறவைப் பிணம்
மல்லாந்து நோக்குது
வானை.

பரஸ்பர ஆதாயம்

காக்கைகள் கொத்த
எருமை நிற்கிறது இணங்கி
உண்ணிகள் காரணம்.

நடை

வழியும் நேர்வழிதான்;
நூல்பிடித்தாற்போல
நடையும் எனது நேராகவே இருந்தது,

உடன் நடந்த ஓர் ஆள்
தடுமாறி என்மேல்
விழுந்து கெடுக்கிறவரை.

சருகு

நழுவியது கிளையின் பிடி.
விடுதலை.
விடுபட்ட மறுகணம்
மாட்டிக்கொண்டதோ காற்றின் கையில்.
அலைக்கழிப்பு.

ஒருகுடிப் பிறந்தோம்

ஒரு கனி
ஓர் இலை
உதிர்ந்தன பழுத்து.

மண்ணோடு கலந்த வழியில்
ஒன்று மரம்
ஒன்று உரம்.

விளக்கம்

ஒரு சுடர்
ஒரு நிழல்
இல்லை தொல்லை.

இருள்போக்க வந்ததுகள் என்று
வழிநெடுக விளக்குகள்:
ஒன்றின்மீதொன்று புரண்டு
குழப்பித் தொலைக்குதுகள் நிழல்கள்.

தகுதி

ஒரு பறவையிட்ட
எச்சத்தின்
நிழலில்
அயர்கிறோம் நானும் என் மந்தையும்
அது மரமாகி நிற்கிறபடியால்.

செய்தி

தாறு வெட்டப்பட்ட வாழைகளுக்கும்
காற்று கிழித்துப்போட்ட இலைகளில்
வந்தது வசீகரம்.
அஸ்தமன விளிம்பில்
முறுவல் மாறாத சூரியமுகம்.

சிகரம்

பின்தங்கிப்போன என்னை
உன் இகழ்ச்சி-நகும்-பார்வையின்
கீழ் நிறுத்திக் காணவா
உச்சியை ஓடி எட்டினாய்?
நடந்தது இதுதான்:
இடைவழியில், சிறுதொலைவு,
வண்ணத்துப்பூச்சிகளின் பின்னோடி
போட்டிபோட மறந்துவிட்டேன்.

ஊசல்

கண்டெடுத்தோம்
அப்படியும் கவலைப்படுகிறோம்
அய்யோ யார் தொலைத்தாரோ என்று.

முகவீதி

1. தேடுதல்

அடைத்திருந்த கதவில் தூங்கிய பூட்டு
நெஞ்சில் அழுந்திக் கனத்தது.
இரவின் இமைகிழிக்கும் மயானவிளி என
நாய்க்குரல் ஒன்றின் ஊளை.
எங்கே போயிருக்கக் கூடும்?
அடி சில வாங்கி
தாடை கழன்றது பூட்டு.
முனகித் திறந்தது கதவு.
கை பட படபடத்து
விழித்தது குழல்விளக்கு.
உரத்து குரல்பதைத்து எதையோ
உளறியது சுவர்ப்பல்லி.
மவுனமாய் இருந்தது
கைவிரல் கழித்த மோதிரம்.

நிறம்திரிந்து இரவும் நீண்டது.
மனது துயர்வாரிச் சுமக்க
கண்களுக்கு இல்லை ஒருபொட்டும் உறக்கம்.
எங்கே போயிருக்கக் கூடும்?
உரிய இடம் என்று
அறிமுகமில்லா இடங்களெல்லாம் உதித்தன.
தெருவமைதி குதறிச்
சீறுமொரு மோட்டார்.
கதவுகள் பல தட்டப்பட்டன:
தேடப்பட்டதோ
தென்படவில்லை.

பகல்வெளிச்சம் துணைதரும் என்றால்
அதுதான் இல்லை.
ஈரம் உறவறுக்க
வெயில்வெம்மைச் சுமையேறிக்
கடுத்தது காற்று.
நிழல்மறுத்து மரங்கள்
விறகாகி நின்றதும்
எவர் உடல் எரிக்கவோ?
கண் எட்டிய தொலைவுக்கு கானல்.
தாயைப் புதைத்திருந்த
மண்மேட்டுப் புல்லும்
பொசுங்கிப்போயிருந்தது.

வைதீஸ்வரன்கோவிலில் நம் நாடிபார்த்து
ஒருவன், "ஓஹோ!" என்றான்;
உவந்து பணம்கொடுத்தோம்.
மாம்பழச்சாலையில் அதே நாடிபார்த்து
ஒருவன், "அய்யோ!" என்றான்;
மனம் பதைபதைத்தோம்.
பரிகாரம் என்று அவனும் பத்துநூறு பறித்தான்.

காலங்காலமாய்
அவலக்கதை கேட்டுக்
கலங்கிப்போயிருந்தது
பூமி தொட்ட கடல்.
போன உயிர்க்கும்
போக்கிடம் காட்டவல்ல
பூணூல் மனிதர்கள்.
அலைக்குரல் இரைச்சலுக்குள் அல்லாடும்
ஸம்ஸ்க்ருத சப்தம்.
பல பகுதிகளிலிருந்தும் வந்து குவிந்திருந்த
பல இன மக்கள்.
தேடப்பட்ட முகம்தான் தென்படவில்லை.

போயறியா ஊரெல்லாம் போயலைந்து
புகுந்தறியாச் சந்துபொந்தும் புகுந்து
தேடாத இடமில்லை.
பொருட்படுத்தவும் கூசி
பார்வைதாழ்த்தாமல் இடம்விட்டகன்ற
முந்திய நாள்கள்
நினைவில் உறுத்த,
தொடர்வழி பேருந்து நிலைய நடைகளில்
கோவில் தேவாலய வாசற்படிகளில்
பிச்சைக்கார முகங்கள் சலித்தோம்.
மருத்துவமனை வளாகங்களில்
அலைந்து குழம்பி,
முன்னெப்போதும் பார்த்தறியாத
முகங்களைக் கெஞ்சி,
அமரர் இல்லத்துச்
சிலநாள் வாசிகளின்
முகத்துணி விலக்க, நடுங்கி,
தொலைந்த முகத்தின் ஒப்பீடு துணிந்தோம்.
தேடப்பட்ட முகம்தான் தென்படவில்லை.

நகர்ந்திடத் துவங்கிய இருட்டை
பிடரி பிடித்துந்தச் சலித்து
வெறுப்புடன் விடிந்தது பொழுது.
வயிற்று வினாவுக்கு
விடைதேடி மறுபடியும் கிளம்பிவிட்ட
விக்கிரமாதித்யர்களால்
உசும்பியது வீதி.
சந்தியொன்றில், அடர்ந்து படர்ந்த
ஒரு புளியந்தலைக்கு மேலே
அமைதியற்றுச் சுழலும் காகங்கள்;
தெருவேறி ஓடுகிற
சிறுவர்கள் பெண்கள் பெரியவர்கள்.
என்ன? என்ன?
பரபரத்த குரல்களுக்கு
விடையிறுக்க ஒருவருக்கும் விளங்கவில்லை.

மரத்து அடி
மக்களாலும் இரைச்சலாலும்
நிறைந்துகொண்டிருந்தது.
முன்நின்ற தோள்களில் ஏற முயல்வதுபோல்
பின்நின்ற தலைகள் எக்கித் தவித்தன:
தாழ வளைந்த கிளை ஒன்றில்
நான்றுகொண்டு நின்றான்
ஓர் இளைஞன்.

2. தொலைதல்

வீதி நெடுகே, இருமருங்கும்,
வாய்பிளந்து நிற்பன கடைகள்.
ஓர நடையிலும்
கைகால் பரப்பி கடைகள்.
தப்பமுடியாது.
பகட்டிப் பளபளத்து
வாவென்று கண்ணடிக்கும்
பண்ட வசீகரம்.
யாராலும் தப்பமுடியாது.
சந்தை இரைச்சல்;
சைரன் தீவின் இன்குரல் ஈர்ப்பும்
இந்த இரைச்சல் கவர்ச்சிக்கு
ஈடாகாது.
விலகியோடி கரையேறல்
யாரால் முடியும்?

கைமாறிப் பைமாறிக் கைமாறிப் பைமாறிச்
சுழன்றுகொண்டிருக்கிற பணத்தின் இடுப்போடு
பிணித்துக்கொண்டு உருள்கிற மனித வாழ்வு.
எங்கும் நெருக்கடி;
எதிலும் தரகுப் பரபரப்பு.
கமண்டலம் தூக்கி ஒதுங்கவா முடியும்?

ஒதுங்கி உறைந்தாலும், மாண்டவ்ய முனிக்கு என,
நிம்மதி என்ன நிச்சயம்?
அரைமுலை மூடி
அரை அரைகுறையாக மூடி
ஒயில்காட்டும் பெண்டிர் நிலைகள்.
கண்ணாடி அடுக்கு அணிவகுத்து நிற்கும்
வண்ணவண்ண சீசாக்கள்.
தப்பவா முடியும்?
இசைமுழவு இடித்து
நெஞ்சாங்குலை மண்டைக்குள் எகிறிக் குதித்தது.
சிறுக வியர்த்து
உடம்பு புறுபுறுத்தது.
பைப்பணம் போதைகொண்டு, ஒவ்வொன்றாய்,
வெளியேறிப் பறந்தது.

வருகைகளைக் கணக்குவைக்க
கோடுகிழித்து கோடுகிழித்து
சுண்ணாம்பு உதிர்ந்த சுவர்கள்.
இற்றுக்கிழிந்த கோரைப்பாய்.
மருவி மல்லாந்து
ஆடவர் மடிச்சுமையிறக்கும்
சதைத்தொழிலாளியின் அலுவல் அறை.
சாயம்வெளுத்த சேலை
உரித்தவளுடையதும் அதே கதைதான்:
ஓடிப்போனதும் நான்று செத்ததும்.
உள் அணை, மார்புக்கூடு அதிர,
உடைந்து சிதறியது.
துக்கம் பீறிட்டு கண்வழி அருவியது.

நெஞ்சுதோறும் கண்ணீர்க்கதை.
முள்ளை முள்ளால் என
என் துயர் கேட்டு உன் துயர்
உன் துயர் கேட்டு என் துயர்
களைதல் முடியும் என்றால்...

கானகம் உழன்ற தமயந்தி புலம்பலும்
ராவணன்சிறைச் சீதை கண்ணீரும்
அஸ்தினாபுரிஅவைப் பாஞ்சாலி கதறலும்...

ஓடித் தொலைந்தவர் தொலைந்தார்.
உயிர்மாய்த்துக்கொண்டவரும் ஒழிந்தார்.
போதையில் கலவியில்
விழுந்தவர் எல்லாம் விழுந்தார்.
வாழ்க்கைச்சிக்கு மட்டும்
அவிழாமல் அப்படியே.

3. கண்டடைதல்

தொடுவான் விளிம்பில்
சவயிருட்டுப்பாறை நகர்த்தி
உயிர்த்தெழுந்தது நிலா.
உள்ளின் உள்
இதுகாறும் கூம்பி மவுனித்த
ஒரு மொட்டு,
"ஆஹா!" என்றது.
எல்லாம் ஒரு கணம்.
மறுகணம்,
உயர மினுங்கிய நிலாப்பளிங்கு
நொறுங்கிச் சொரிந்தது.
திகைப்பின் நிச்சலனம்
தகர்த்து
உயர்ந்தது இன்னொரு நிலா!
மறுபடி ஒரு நிலா!
நொறுங்க நொறுங்க
பின்னேயும் நிலாக்கள்!
நிலாப்போர் நீடிக்க
உயிர்த்திருந்த உள் மலரின்
மெல்லிழை நறுமணம்
திசைக்கதவுகளைத் தட்டித் திறந்தது.

நூனூற்றாண்டுகளாய் துர்நாற்றம் புரையேறி
மூர்ச்சித்துக்கிடந்த மனித மூளை
உசும்பி விழித்தது.
அக்கணம்,
விழிக்கங்குப் பொறி பறக்க
நாசிக்கண் ஆவி பீற
நடுநெற்றி ஒற்றைக்கொம்புக்
காளையொன்றின் வெறிப்பாய்ச்சல்.
வாழைப்பழத்தோல்த் தளத்தில்
ஓடித் தப்பித்தல் எவ்விதம்?
ஓடியோடியோடி
மின்னலெனக் குறுக்கிட்ட ஒளிப்பாறை
முட்டி மல்லாந்து
கழன்றது மண்டை ஓடு.
மூளைக்கூழ்
சிலிர்த்து சிறகுமுளைத்து
ஒய்யென உயர எம்பி
தாரகைப் பூவனத்தில்
உலாவரல் வரித்தது.

விடியல், பறவைக்குரல்களால் விளித்து,
ஒளியூற்றை உசுப்பிக் கொணர்ந்தது.
ஈர முற்றத்து
இளவெயில் விரிப்பில்
கொட்டவிழித்துக் கிடந்தது
கோலம்.
சுவர்களுக்குள் சிறையிருக்க ஒவ்வாமல்
வாசற்படி தாண்டி வெளியேறித்
தவழ்ந்த ஒரு மழலை
அகல விரித்த விழிகளால்
வீதியேறிய உலகை விழுங்கி
தட்டுத்தடுமாறி எழுந்தது.
எழுந்த மறுகணமே விழுந்தது.
அழுது அரற்றவில்லை;
குறைபட்டு மனம்சோர்ந்து குன்றவில்லை.

மீண்டும் எழுந்தது.
விழுந்தாலும் அடுத்தடுத்து விழுந்தாலும்
எழுந்தது மீண்டும் மீண்டும்!

தலைநாள் வெறியேறி இருந்ததின்
சுவடாய்த் தலைவலி
மனதிலும் சுவறி வலித்தது.
தன்னையே தொலைத்துவிட்டால்
தொலைந்ததைக் கண்டடைய
கருவி வேறென்ன ?
புகையகன்று மண்டைக்குள் சுடர்நிமிர
திரும்பவும் தொடர்ந்தது தேடல்.

பசித்த சில முகங்களில்
தேடப்பட்ட முகம் கொஞ்சம் தெரிந்தது.
பைதுழாவி கையகப்பட்டதைக் கொடுத்தோம்.
பாடையேறிய சில முகங்களில்
தேடப்பட்ட முகம் கொஞ்சம் தெரிந்தது.
தோள்கொடுத்து காடுவரை சுமந்தோம்.
இருட்பொழுதில், தாரகைகள் இடையே
தேடப்பட்ட முகம் கொஞ்சம் தெரிந்தது.
அண்ணாந்துபார்த்து ஆராதித்தோம்.
அண்ணாந்துபார்த்த கண்ணில்
எல்லையற்றதின் ஒளியூற்று!
மண்டையோட்டுக் கதவுதிறந்து
விரிந்தது சிறகின் வீச்சு.

புலரி

இமை அரவணைப்பு விழிகளுக்கு
இனி இல்லை.
பகிரங்கம் பண்ணிவிட்டது விழிப்பு.

மூளை முடுக்குகளில்
ஏக்கத்தை எச்சம் வைத்து
கடைசிக் கனவும் அறுத்துக்கொண்டது.

வேலைக்குக் கிளம்பிவிட்ட
வீதிக் குரல்களால்
பாய்சுருட்டப் பணிக்கிறது சன்னல்.

வெளிச்சம் பரத்திப்போட்ட
வழிநீள் வானத்தில்
சிறகடிகளால்
உடம்புச்சுமையை
எக்கி இழுக்கிறது –
சரிதான், புலர்ந்துவிட்டது
பறவைக்கும்
வயிறு.

மாற்றான் தோட்டம்

காலை நேரம்
சூரியகாந்தித் தோட்டம்
கிழக்கிலிருந்து பார்த்தேன்.

தோட்டத்தின் எல்லா முகங்களும்
என்னையேதான் நோக்குவதாக நோக்க

சுள்ளென்று என் பிடரியில்
சூரியச்சிரிப்பின்
கெக்கலி.

அக்கணம் அவ்விடம் நான்
ஒரு கோமாளி போல்.

இறைச்சிக்கடை

உயிரோடிருந்தது
சற்றுமுன்பு ஒரு கோழி
எடைக்கல்லோடு இப்போது இழுபறி.

கொலைக்கை உயர்கிறது
துலாக்கோல் பிடித்தபடி.

கூண்டுக்குள் அடுத்த எண்ணம்;
கூவுகிறது அது ஆனால்.

கீழ்வானில் மேலேறி
பொழுதும் போகிறது சிரித்தபடி.

கணக்கெடுப்பு

காலைப் பீடித்த நிழலுக்கு
விடை தேடித்தேடியே
என் காலம் கரைகிறது.
தலையைச் சுற்றி மண்டிவிட்ட
ஆசைகளைத் தூசிதட்டி துலக்கிப்பார்க்க
நேரம் எங்கே வாய்க்கிறது?

வளர்த்துக் கொண்ட சிறகுகளோ
எழுந்து பறக்க
ஒத்துவரவில்லை என்றாலும்
வயிற்றில் அடித்துக்கொள்ளவாவது
உதவுகிறதே!

தொடங்கினது சரிதான்.
மனிதமரக் காடுகள் நடுவிலெங்கோ
வழிதவறிப்போனேன்.

அயராநிலை

சிலர் குடிக்கிறார்கள்
சிலர் கோவிலுக்குப் போகிறார்கள்
சிலர் காமன்துறையில்
மூளைச்சலவை செய்கிறார்கள்.

வாழ்க்கை சிதையேறி எரியும்
இச் சுடுகாட்டில்
விழிபிதுங்க
ஒரு பேயாய் அலைகிறேன் நான்

பிணமாவது கிட்டுமா என்று.

அறிவுஜீவி

இவர்களில் ஒருவனாய் நானும்
இருந்தேன் சிறுவயதில்.

காலம் இடைவந்து
எதையெதையோ கற்றுத் தந்தது.

ஆள் மாறிப்போனேன் போலும்.

இன்று, தெருவில் ஒருமுகமும்
என்னைத் தெரிந்ததாய் இல்லை;
வா என்று அழைக்க
ஒரு வாய்க்கும் வரவில்லை.

அடையாளமற்றுப்போகவா
அறிவாளியானேன்?

கனக்கிறது மனசு.

நடுங்குகிற என் கைபற்றப் பிரிந்து
என்னைத் தனக்குள் இழுக்கிறது
புத்தகம்.

இப்படியே இன்னும் எத்தனைநாள்
தப்பித்தல்?

பிணைந்து நிற்கிற பெட்டிகள்

எங்கோ ஒரு நிலையத்தில்
பிணைந்து நிற்கிற பெட்டிகளை
நினைவில் ஏந்தி
தொடர்வழி நெடுகே கூவிக்கொண்டோடுகிற
இருவண்டித் தனிமையை

விழிநீர் கூட்டி விழுங்குகிறான்

பிழைப்புத் தேடி
ஊர்விட்டு ஊர் வந்த ஒருவன்.

அம்மா

வெளிப்பட்டு வீறிச் செல்கிற நீராவி
ஒரு விசையாக மாறி
எந்திரங்களை உருட்டும்;
கொதிகலன் நாள்பட நாள்பட இற்றுப்போகும்.

வளர்ச்சிப்பாதையின் ஒரு கட்டத்தில்
செடிகளுக்கு
விதையிலைகள் வேண்டாதனவாகிவிடும்.

குஞ்சுகள்
கோழியாகும்
சேவல்கள் கூடவரும்;
அடைகாத்த சிறகுகளில் இறகுகள் உதிர்ந்துவிழும்.

காற்றோடுபோய்
அங்கங்கே வேரூன்றிவிடுவன
வித்துகள்.

சாவிலும்கூட
தாயோடு வருவன
அடிவயிற்றுத் தழும்புகள்.

உடன்பிறப்பு

புல்இதழ் நீர்த்திவலை நெஞ்சுகளில்
வெளிறித் தெரிகிறது
ஒருபாடு அழுது ஓய்ந்த
வானவெளி முகம்.

நேற்றும் நேற்றாகி சுவடழிந்தது;
நாளையும் நாளையாகையால் அறிகுறியில்லை.
இன்றும் இன்றாகிற புதுமையில்
ஆயிரம்இதழ்த் தாமரைபோல
மலர்ந்துகொண்டே போகிறது, இவர்களுக்கு.

வீடு கொள்ளவில்லை
விருந்துக்கு வந்த முகங்கள்.
எல்லா முகங்களுக்கு இடையிலும்
ஓர் இடைவெளி எனத் தோன்றி
நிழற்றுகிறது உன் முகம், எனக்கு.

விருந்துண்ணும் வேளை
என் தொண்டைக்குழி முகப்பில்,
உன் முகமறிப்பில்,
வழிகோருகிறது கவளம் சோறு.

இவ்வேளை, எங்கிருந்தாலும்,
உனக்கும் ஒருவாய்ச்சோறு ஏந்தி
நீளவேண்டும் ஒரு கை என்று
வேண்டிக்கொள்கிறேன், வேறு வழியின்றி,
மடிந்து மண்ணாகிப்போன
நம் அம்மாவை.

நோவா

நான் களைப்பாற விசிறித்தந்த
அதே காற்று

கருணைகொண்டு
என் கரிசற்காடுகளையும் சிறகணைத்த
அதே மேகம்

என் வயல்வெளிகளை
ரத்தநாளமாய் ஓழுகி உயிர்ப்பித்த
அதே நதி

ஆலைப்புகை கான்கிரீட் காடுகளில்
மூச்சுத்திணறிய என்னை
அகலவெளி திறந்து விடுவித்து தேற்றிய
அதே கடல்

புயல்
அடைமழை
வெள்ளப்பெருக்கு
கொந்தளிப்பு

குடிகளாய் முன்பிருந்த இடம் துடைக்கப்பட்ட
வெறுமையிருட்டில்
பிண அழுகல்.
அலைகிறேன் உயிரில்லை எனக்கும்.

தழும்பு

அப்படி ஒரு நிலைமை
வரும் என்றால் அக்கணமே
வாழோம் என்றிருந்தோம்.

வந்தது.
அப்படியும் வாழ்கிறோம்.

நம்மோடு நாம் காண
இத் தென்னைகள்
தம் மேனி வடுக்கள் தாங்கி.

மீண்டும்

எடுத்த பின் கழுவிப்போட்ட வெறுமையாய்
துயரம் கவியும், ஏன்
அருவிமலைக் காற்று வெறுமேனி அறையுமாப்போல்
புளகம் பிதிரும் பொழுதிலும்

ஊறிப் பெருகி உயிர்நிறுத்தும்
ஈரத்தின் தூதுவம் இக் கண்ணீர்
இதை நீட்டி
இருட்டுக்குள் குருட்டுக்கைத் துழாவல்
தொடங்குகிறேன்

ஒரு பாறை...

என்னத்துக்கு?

பருவத்தே ஒழுகுநீர் மிழற்றிக் கேட்ட
பாழ்நாளில் தெறுகதிர் வறுத்துப் போட்ட
பரல் ஒன்று தட்டுப்பட்டால்
போதும்.

குண்டுகுழிப் பாதை

வருவேனாகலாம்
திரும்பவும் இதுவழிக்கே.

ஒரு துண்டுத்தாளும்
சில சருகுகளும்
காற்றோடு கூடி விளையாடும்
ஒரு சந்து முடுக்கில்.

இடுக்கில் ஒடுங்காமல்
எழுச்சியை வளைத்துக் கிடக்கும்
கழுத்து–ஆரம்.

வெட்டுண்டு விழுந்த போதும், விழுந்த இடத்தில்,
ஒத்தடம் தணுக்கிறது காற்று;
விசிறிதான் மண்டை காய்கிறது.

காண்பித்ததா, கண்டதா ஆரத்து ஒய்யாரம்?
காற்றா விசிறியா நீ?
திரும்புங்கால்
இதனைக்கால் திருத்தம் பெறுமா நடை?

ஏறிட்ட குழிவுகளில் பாலை;
ஏந்துகிற எலும்புக் குழிவில் சில்லறை ஏக்கம்;

ஊடுகாண் குவளைக் குழிவில், உடையார்க்கு,
மஞ்சட்கரு அலசலாய் மது.

இழிநிலை மறுமை

துகள்மேல் துகளோடு காலமும் கூடிப்படிந்த
நெடுநிகழ்வாம் ஒரு மலையை
பாறைகளாய்க் கண்டு, தகர்த்து,
சிறுசிறு கற்களாய் தேவைக்கு உடைத்து,
சாலைகளாக்கி நீட்டி,
தனித்தனி வீடுகளை ஊருகளை
இணைக்கிறோம்.

பயணமோ இல்லையோ
ஒரொரு நாளும் துடைக்கிறேன்
பொடி படிந்த எனது வண்டியை.

துடைக்கிறாய்; பிறகும்
கனத்திறங்கும் உனது கண்ணீர்த் துளி!

காற்றிலும் எடை இலது கவிதைமொழி.

படிதலும் குவிதலும் மலையாக உயரும்;
அதற்கும் மேல்
வாய்வயிறும் மேலெடுத்து
இறக்கையடி எகிறும்.

தாய்மொழி

தமிழன்று, பிறகும் புரிகிறது
உலகினர் யாவர்க்கும் உண்மைத் தாய்மொழி
பசித்த பொக்கைவாய் பாலுக்கு–அழுகை.

பச்சைத் தண்ணீரை ஒயினாக மாற்ற,
தானே முந்திரிக் கொடியாகி
கனிந்து, காலம் கனியாத கண்டிதத்தில்,
நொதிப்புண்டார் இயேசு.

நொதிப்பின்றிச் சுரக்கிறாள்
வடுக்களால் வளர்ந்த பனையம்மைக் கருப்பி.

முலை ஒரு பழம் நினைவு
உலர்திராட்சை அதன் முகம் இன்று
தாயில்லை என்றால் என்ன
அள்ளிப் பொருத்தி
அழுகை அமர்த்துகிறேன்.

விடைதருகை

இன்கனா மிச்சம்போல் ஒரு பொன்புலா் வசந்தம்

கொம்பு கிளை அணியக்கொண்ட
ஒரு தளிரிளம்பச்சை மினுக்கம்
ஓர்மை கிளர்த்தும், எவர்க்கும்.

என் முதுமையின் மனப்படிவில்
பெருமூச்சின் சிலீர்நிறச் செவிட்டொலிகள்!

"வாரியல் வழக்கில் அணைப்பே புறக்கணிப்பா ?"
எனச் சருகுகள் முறுமுறுக்கும்.

அந்த வீடும் ஒரு விலைவாங்கித் தந்து
எங்கள் கைநடுக்கிப் போயிற்று, சரி;

வீடு கைவிட்டுப் போகையில் இவள்போட்ட
வளைக்கை கூப்பிய வாசற் கோலம்!
அது இன்றளவும் எனக்குள் ஒரு
கூனல் நிறுத்தக்குறி.

ஆகாரம்

சற்றுத் தூக்கலாய் உப்பு...
இல்லை, உரைப்பு...
இல்லை, இல்லை, புளிப்பு...

காதலியின் முத்தம்
மனைவியினது போல் இல்லை;
எல்லாம் சராசரிக்கு மேல்.

மூடிய கதவுக்கு வெளியே
அவளது காதல் ஒருவனின் வண்டி.

தினை/வினை விதைத்தவன் கதை எதற்கு ?

கடையில் வாங்கிச் சாப்பிட்டேன், அம்மா.
உன் கைப் பக்குவம், ஆனால்
மூடிய கதவுக்கு உள்ளிருந்தவள் கையில்.

கலப்படம்

கண்ணில் தெளிவில்லையா உனக்கு?

நக்கி எடுத்துவிட்டது, பார்,
என் தலையில் பாதியை!
அதற்குக் கொஞ்சலானவன் நான்.

நீயும் பழி சொல்லாதே!

பருவத்தே வலுவிருந்தும் கலவிக்கு
வாய்ப்புத் தராமல்
இன்றுவரை அந்த ஏக்கக் கனல்விளைவை
நீட்டி இருக்கிறது காண், நட்பென்று நெகிழ்த்தி!

காலம் பொன்போன்றது.

அதை நகையாக்கிய
சேர்மானம் நாம் எனவும்
நன்றியோடு நினை!

கறுப்பு வெள்ளை

உணக்கவில்லை வெய்யில்
நனைக்கிறது.

தன் தொண்டையைக்
குயிற்குரல்களால் சுருதி கூட்டித்தான்
பொழுது விடிந்தது.

பியானோக் கட்டைகளின் துள்ளலில்
எனது வீடு நிறைத்தாய்.

ஒருச்சாய்த்த நோக்கின் ஒற்றைக் காக்கை.

நீ விட்டு விலகிய வீடு,
எலும்பிடைக் கூழினை உறிஞ்சி எடுத்த
வெங்கா வெறுமை.

அலறல் மணிக்குத் திடுக்கிட்டெழுந்து
குளியலறைவகைக் கடன் ஒப்பேற்றி
வண்டி/மனித நெரிசலுக்குள் இறங்கினேன்.

தெருவோடு விட்ட என் உடம்பினை
வேர்வை வளாருகள் பதம்பார்க்க
உச்சிப் பொழுது கசிகிறது.

அடையாளம்

முகம்மறந்த கணங்களும் உண்டுகாண்!

'இகம் இது தானே பரம்' என நானே
புறம் மறந்தொரு புள்ளியிற் குவிந்து, உன்
முகம்மறந்த சில கணங்களும் உண்டுகாண்!

குறிஞ்சி நிலவெளி என
எனைக் கவர்ந்து,
புணர்தலும் புணர்தல் நிமித்தமுமாய் உன்
இலக்கண உடம்பின் தளைதட்டாத
கவிதையில் முகம்மறந்த கணங்களும் உண்டு.

அளியேன் சிறியன்,
'அனுபவத்தால் வரும் தெளிவே சரி'
எனத் தேர்ந்தவன், ரசிகன்.

உடம்பின் சூடா, 'லப்டப்'பா, முலைக்
குடமா, பாலா, குழவிக்கு எது தாய்?

விரும்பிக் கடித்த தட்டையில் அறிந்தேன்,
கரும்பு என்பது அதன் சாறு என்றெனவே.

நிவத்தற் பயணம்

ஒன்றன்றோர் ஆயிரம் கன்றுகளை விழத்தட்டும்;
வெதுப்பில்லை நூறாயிரம் ஊசிக் குளிர்கொட்டும்;
நோவல்ல துள்ளு களிக்கூச்சல் விளிகூட்டும்
குன்றத்துப் பேறுகாலப் பனிக்குடத்துத் தொடர்பொழிவில் -
தண்டுவட முதுகுவெளி தோள் தலையும் மத்தளக்கண்
என்றுபட அருவியாடி,
இளவருடற் காற்றின்
வெயில்வேகா முத்தத்தால் மேனி உலர்த்தி,
மயில்அகவு பாதை மலையேறி, சோலை
கிளியுண்ணக் கொடுக்கும் குரலுக்கு செவியினித்து,
ஒளி வெட்கிப் பச்சைக்குள் ஒடுங்கும் வழிநெடுகப்
பாம்பு பிணையும் கருப்பட்டிப் பாகுமணம்
சேம்ப, மரவேர்கள் திடுக்குசெய, வானம்
மலைஓடைச் சிலிர்சிரிப்பில் வில்விரித்து மகிழும்இடம்
தலைப்பட்டேன்.
நான்கு சிறார் அங்கு விளையாடக்
கண்டு, அவரோடு கதைத்திருந்த வேளை, கனாக்
கண்டதென, வானவில் வாசற் கடவுவழி
வந்தது ஒரு நாட்டியம்; மயல்கொண்டு, அக்கணமே,
“அந்தா அது யார்?” என்று அறியத் துடித்தேனா,
“அம்மா!” எனும் எளிய விடையால் அடைபட்டேன்.

அம்மாதான் அவளே என் முதற்காதல் முதற்கவிதை.

காதல் இதுவரை

என் உதட்டோடு உதடு முத்தி உறியத்தந்து
உறவாடி இருந்த ஓர் உறவின் உடல், அந்தோ,
தன்னிலும் பன்மடங்கு உயரத்தின்
த
கு
தி
வி
ட்
டு

கண்ணாடி நேரிடலில், ஓரொரு முறையும், என்
முன்வழுக்கை இப்படித்தான் வியர்க்கிறது பெருமூச்சால்!

குயில்பொரிந்து போகிய கூடு
புலியிருந்து போகிய குகைவயிறு
கூவுதற்கு அமர்ந்த கிளைத்தோள்
இவற்றை
மீட்டுத்தரக் கனிய மாட்டீரோ மக்களே?

அநாதை இல்லங்கள் ஆசீர்வதிக்கப்படட்டும்!

உழவு, பால் மாடுகள் முதிர்ந்துசாகப் புதைத்ததல்லால்
கசாப்புக்கடை வணிகர்க்கு
விற்க ஒருங்காத காலம் ஒன்று இருந்தது;

உடுத்துக் கிழிந்ததோர் உடுப்புக்கும் கூட
விடைதர நேர்கையில் அழுததுண்டு முத்தமிட்டு.

உட்கிடை உற்சாகம் கூடுவிட்ட கிடப்பில்,
ளி டு
ஒ த் ண் க ய்
து ளா
எனது கண்ணாடி மதுக்குவளை!

நள்ளிரவு வாஞ்சை

ஒருத்தியும் என்னை வஞ்சித்ததில்லை
என் காதலிகள் தங்கமானவர்கள்.
நானும் அவர்களை வஞ்சித்தேன் இல்லை;
பிற காதலர்களும் அப்படி என்றே நம்புகிறேன்.
எங்களைப் பிரித்துமேய்ந்த காலமும்
கூரைகளின் கீழ் பிள்ளைகளை வைத்தது.

உறக்கம் விழித்து ஒரு பாதிஇரவில்
இப்படி வாஞ்சை பொங்கிவரக் கிடந்தேன்.

பிறகு எழுந்தேன் உங்களைத் தழுவ.

ஆகவே, கவலைப் படுங்கள்!

"இரவுமுழுக்க எனக்கு உறக்கம் இல்லை."
இது உரைநடைக்காரர் கூற்று.

"நினைவுகளின் எரிதழற் படுக்கையில்
புரட்டிப் புரட்டி வதக்கி வறுத்து
இரவு முட்கரண்டி என்னை
மறுநாளை வெளிச்சவாய் சவைக்கவும் தள்ளும்."
இது கவிதைநடைக்காரர் மார்க்கண்டேயம்.

இரவில் வாங்கிய 'சிக்கன் தந்தூரி'யில்
நொசநொசப்பு ஏன்? பழைய சரக்கோ?
விடியற்காலையில் 'சங்கூதல்'தானோ?

வெந்ததைத் தின்றோம் விதிவந்து செத்தோம்
என்றிருந்தால் அது உரைநடை;

அளவுக்கு மீறிக் கவலைகொண்டு அனத்தினால்
அது கவிதை.

இன்பத்திலிருந்து விடுபடல்

மாடிவீட்டில் அடைபட்ட மானரோஷம்
"லொள் லொள் லோலாயித்தனம்
ஓவ் ஓவ் ஓவ்வாதிது!" என்று உரக்க,
ஒதுக்கி நிறுத்திய சரக்குந்து இடுக்கில்
பதைக்கப் பதுக்க ஒரு நாயும் பெட்டையும்.

மனுஷகுமாரனுக்கு ஓர் இடமில்லையே என
இந் நகரத்து வீதியொரு மின்பகிர்வுப் பெட்டியடி
கிட்டிய அரை நிர்வாண தியானத்தில் அறிந்தேன்:
அழுத்தம் கூடக் கூட அடக்கிவைத்திருந்த
மூத்திரம்கூட விடுதலை பெறுகையில்,
சீனிவடிசிலிர்ப்புச் செய்கிறது உடம்பில்!

தேநீர் ஒன்று குடித்துத் திரும்புகையில்,
மாடி வீட்டில் மவுனம்!

இருவர்க்கிடையே விலகலை உணர்த்த
ஒருவர்க்கொருவர் முதுகுகாட்டி இருக்க
திரைமொழி யாப்பது வழக்கம் அதுபோல்

தெருமொழி யாப்பில் பூட்டுண்ட ஞமலிகம்!

தக்காளி விசயம்

காடுகளைப் பாதுகாக்க யானைகளைக் கொன்றதான
ஆப்பிரிக்க நாடொன்றின் தகவலைக் கதை என்றும்,

மீண்டும் எல்லாம் முளைப்பதற்கே என்று
விட்டுவைக்காமல்
சில கொட்டைகளை நசுக்கிச் செய்தெடுத்த
எண்ணெய் விளக்கால் இருட்கொன்ற காலத்தும்,

வாடிய பயிரைக் கண்டபோதெல்லாம் வாடியவர்
விதையுள காய்கனி கீரை இன்னிவற்றால்
பசியாறியிருக்க வாய்ப்பில்லை என்றும்

வளர்ந்த என் காருண்ய மூளையை
'சுருக்'கென்று முறித்த கொசுவினை அடித்தேன்
பக்கத்தில் இருந்த பகவத்கீதையால்;

படைமாட்சி பேணும் 'ராணுவவரி'
வரவுசெலவுத் திட்டப்பட்டியலில்
ரத்தத் தெறிப்பாய் முடிந்திருந்தது அது.

இன்னொன்று என் காதுக்குள் முனகியது இப்படி:
"தனக்குனா ரத்தம்;
மத்தவங்களுக்குனா தக்காளிச்சாறா?"

மரணம்

குஞ்சுப் பறவையைத் தள்ளிவிட்ட மறுகணம்,
காடு பற்றிப் படர்ந்த தீயில்
கூட்டோடு தாய்ப்பறவையும் தகனமாக,

சுற்றிச் சுழன்று சிறகடித்து,
"அழவே கூடாதென்று வளர்த்தாயே, அம்மா,
இன்றிப்படி அழவைத்துவிட்டாயே!"
என்று கதறும் குரலுக்கு என்ன விடை சொல்ல?

அறிவியலும் நாடேன்;
ஆன்மீகத்திற்கும் போகேன்.

கூடவே கதறுவேன். ஏலாவிட்டால்,
துளி கண்ணீராவது சிந்தி
துயரம் பகிர்ந்தெடுக்க முயலுவேன்.

உவர்ப்பற்றுப் போகாத உப்பு

நாடன் கதைகளில்
நரி, நாரை, தேவதை எல்லாம்
மனிதமொழி பேசும்.

“வரும் பிறவியிலாவது
ஒருசாதிப் பிறவிகளாய் நாம்...”
எனக் கேட்ட கவிச்செவி கூசும்.

ஐரோப்பிய மொழிகளிற்போல்
பணம் புகழ் ஆக்கம் இல்லையே என
அட்டவணைச்சாதி அவல நிலைக்கு
தற்காலத்தமிழ் இறங்கி நோகும்.

“நமஸ்தே, நாநாஜீ!” என்று
தொலைபேசி மறுமுனையில் இன்று,
உன் பேரக்குழந்தையின் குரற்பூம்பிஞ்சு!

“மணந்து படாவிட்டால் என்ன?
விளங்காத நமது இரு வேற்றுமொழிச் சூழலிலும்
இணங்கி ஒருமொழி பேசின அல்லவோ,
உடம்பின் எல்லாநம் உறுப்புகளும்? உணர்வுகளும்?”
என்று உன் நெற்றுக்குரல்
எல்கைதாண்டி வந்து மருவும்.

என் உப்புக்கடல் பொங்கி விழிக்கரை புரளும்!

கனவில்லை, என் கைப்பேசி உசும்பல்

ஒரு பட்டமரம் எனத் தனித்தேன்.

காளான்கள் பூக்கவிடாமல்
தளிர்களை அரும்புவிக்கிறார்கள்,
காலம் பிரித்துவைத்த காதலிகள்
திரும்பி வந்து.

நள்ளிரவுத் தொலைபேசிக் குரலால் உசுப்பி,
எனது பழைய படிமத்துப் பெறுமதி நினைப்பில்,
“வேண்டா விளைச்சலுக்கெல்லாம் களைபிடுங்கி
ஏன்தான் வினைகெடுகிறீர்?” என்கிறாள் இவள்.

‘அணைய நீ என் அருகில் இருந்திருந்தால்
உன் மடிமல்லாந்து
நட்சத்திரங்களை எண்ணி முடித்திருப்பேன்’ என
அறிவிக்கும் ஆசையை
தொண்டைக்குழி நிறுத்தி,
“இன்றைய சமூகத் தேவை” என்றேதோ உளறுகிறேன்.

இனிய மணமாய் அதை ஏற்பாரில்லை என்றபோதும்
பிணவழிப் பாதை சிதறிய பூக்களும் நாறும்தாமே?

முன்னம் ஏதோ உருப்படியாய்
விதைத்திருக்கிறேன் போலும்!
நம்பிக்கை தருகிறாள்,
வாய்க்கரிசி அளவு விளைச்சலாவது
வந்துசேரும் என்று.

இவள் குரலோடு வந்து
மழையும் திரள்கிறது எனது வாசலில்.

தனித்திரு! பசித்திரு!

ஒழுங்கு வரிசை ஒருகூட்டம் உறவுகளில்
மின்கம்பி முனி அடித்து வீழ்கிறது
சற்று மிகையாக நீட்டிய சிறகின்
ஒரு காக்கை.

எல்கை வகுத்துவாழ் வசவுக் குரைப்புகளால்
கூச்சமும் அச்சமும் குலைகுதற நடக்கிறது
புகலிடம் அற்ற தெருப்போக்கின்
ஒரு நாய்.

பசித்தாலும் மீண்டும் உறங்க முயல்கிறது,
"இன்னாரோடு தொடுப்பல்லவா உன் ஆளுக்கு?"
என்ற தன் அண்ணியார் வன்முறை அழிக்கும்
இன்னொரு கனவுக்கு ஏங்கி
ஒரு தனிமை.

கடைசார்த்த மறந்த கணினித்
திரைகாப்புக் கருப்புக்கு அடியில்
அம்பலப்படக் காத்திருக்கிறது
ஒரு மெய்ந்நிகர் அம்மணம்.

குணமிலி என ஒரு ...?

நீருக்கு ஏது நிறமும் சுவையும் ?

எலிக்கறி தின்பவர் இழிசினர்; வளர்த்தறுத்த
ஆட்டிறைச்சி யுண்பவர் மேட்டுக்குடி; நூற்றுவிதைக்
கீரை, கனி கொல்பவர் ஆரியர் அல்லரோ ?

செம்புலப் பெயல்நீர் சீத்தை; செம்பு,
கும்பா சேந்திய நீர் குணம் அல்லவோ ?

என ஆங்கு,

எனது மாலைக்கும் உன் மார்புக்கும்
இடையே, ஆம்,
ஒரு பூணூல் கிடந்தது.

நிலத்தொடு கழிந்தது பூ.

எனது எழுத்திலும் பேச்சிலும்
வழுத்திவழுத்திப்
பூமாலை தொடுத்துச் சூட்டுவேன் மீண்டும்.

நெருப்போடு கழிந்தது நூல்.

குறுக்கிடவே அதுதானும் உயிர்க்குமால்
மீண்டும்மீண்டும்.

ஹைக்கூ

முன்னேகும் வண்டியில்
பின்னாக சூரியகாந்திப்பூ
ஒரு குழந்தை.

கழைக்கூத்தாடி

புத்த பெருமான் தொட்டு நான் தொடங்குகிறேன்:
'தன்னலம் ஒன்றே சாலும்' என்றுணர்த்திய
கழைக்கூத்தாடிச் சிறுமியின் கதை
அவர் சொன்னதுதானே?

ஆரியக்கூத்து என்று தமிழ்ச்சங்கப் பாவொன்றில்
கூறிய கூத்தும் இஃதே அல்லவோ?

என்னாயிற்று என்றால், ஆடுமகள்
உடுக்கையை
காலம் சற்றே கறிம்பிவிட்டது.

ஆடுகிறாள் அக் குத்துக்கம்பியில்
அவள் மேலும் கீழும் சுற்றிச் சுழன்று.
ஆண்குறிக் குறியீடு அஃதாகுமோ என்றென்
தான்தோன்றித்தனம் எண்ணம் தள்ளாடுகிறது;

கவிதை எழுதுகிறேன் என்றான என் காரியம்
அவிழ்கையில் இதுபோல் அந்தர நாட்டியம்
புரிவதும் அதுவழிப் புலப்படுகிறது.

கழைக்கூத்தாடுவார் எல்லாம் கவிஞர் ஆவதில்லை.
எனக்கும் பொருந்தும் இது.

(படையல்: ஆடுமகள் Dirdy Birdy)

பிராந்தியம்

கிழக்கிற்கும் மேற்கிற்குமான அலைதலில்
கிழக்கிலிருந்து வடகிழக்கிற்கும்
மேற்கிலிருந்து வடமேற்கிற்கும்கூட
நொடிநேரத் துறவின் உதறல்விட
போய்ப்போய்த் திரும்புகிறது
கண்முன்னால் நடப்பவளின் பின்னழகுப் பெருவளம்!

முன்னேபோய் அவள் முகம் நோக்க மாட்டேன்:
அது நெஞ்சம் கடுத்தது காட்டும்;
என் தாய்வயிற்றுக் கனியாகவும் கூடும்.

சற்று இடைவெளி விடுதல் நலம்,
உற்சாகம், போதை, ஏன் ரசனைக்கும்.

அக புறப் பார்வை

இருவரும் சம்மதித்து ஈடுபடும் ஒரு கலவியில்
இன்பம் இல்லாமல் இல்லை.

அதிலூடே,
துணை மீது நமக்குக் காதல் உண்டாயின்,
இன்பம் இன்னும் கூடுவதாய்த் தெரிகிறது.

அதிலும்,
நம் மீது துணையின் காதல் தறிபின்னுகையில்,
இன்பம் இன்னும் இன்னும் கூடுகிறது.

கள்ளக்கலவியில், சில சமையம்,
இன்னும் இன்னும் இன்னும் என்றுயர்ந்து
மதகும் உடைபடுகிறதே என்னதது?

உடல்தளர்ந்த வயதிலும் விடைதேடி
வியக்கிறேன்;
நீளப் பிரிந்த துணைகளையும் மீளத் தரும்
நினைவுப் பெருமூச்சுகளில்
பனிக்கிறேன்

'இறுக்கம்', 'இளகல்', 'அழுத்தவேறுபாடு' என்று
இயற்பியல் கற்பித்த பாடமெலாம் கைதூக்க,
"பொறுக்கி!" என, பொல்லாச் சிறுவார்த்தை ஒன்றால்
ஒறுக்கிறார் ஆசான் அவர்!

அக்கறை

தன் கங்காணிக் கண்மட்ட அளவுக்கு
உயர்த்தி ஏந்திய கையில்,
காகிதம் சூல்பொதிந்த ஒரு பொட்டலம் தாங்கி,
எச்சரிக்கை சுணக்கிய நடை தவங்கி
வந்தான் ஒரு சிறுவன்.

"என்னடா அது கையில?"
"முட்டை."

முன்னமே தவறவிட்டு அடிவாங்கியவன் போலும்.

கவன அக்கறை அப் பொறுப்பு
அவன் நெஞ்சருகில் இருக்குமாறு
கை மடக்கச் சொல்லி, சொன்னேன்:

"பாதுகாக்கப்பட வேண்டிய எதையும்
கண்பார்வையில இல்ல,
நெஞ்சுக்குப் பக்கத்துல வெச்சு
நடக்கணும், சரியா?"

பிறகு அவன் போக்கில் தடுமாற்றம் இல்லை.

ஒழுக்கம்

தலைக்குமேல் வெள்ளத்
தரைதட்டாக் கால்துழாவல் இழப்புணர்வை
மிதக்கத் 'தண்ணி'யடிதது
வெல்லலாம் எனக் கிளம்பினேன்.

வளைகையில், வழியில், மிதிவண்டியோடு
சரிகிறாள் ஒரு சிறுமி.

"சீரான இடத்துலனா வளையலாம்.
குண்டும்குழியுமா இருக்குதுல? கூடுதலா
நாமளும் கோட்டம் பண்ணக் கூடாது!" என்கிறேன்.

அந்த இலக்கில் என் கால்கள்
மதுபானக் கடைவழி நடைமுறிக்க,
நேரே வீடு திரும்புகிறேன்.

பட்டணத்துப் பூ

வேறொரு வேலையாய்ப் போய்,
வழிப் புத்தகக்கடை ஒன்றில் விலகி,
வாங்கி வந்த நூலில்,
தானே விரல்பட்டுத் திறந்த இரு பக்கங்களில்,
கண்ட இரண்டு கவிதைகளுமே
நன்றாக இருந்தன.
சும்மாசும்மா பக்கம் பிரித்து
அங்குமிங்கும் பட்டவையெல்லாம் படிக்க
நன்றாகவே இருந்தன. அது முந்தாநாள்.

இதற்கில்லாமல் வேறெதற்கு என்று,
அதற்கொரு மதிப்புரை எழுத மனங்கொண்டு,
புரட்டிப்புரட்டி வாசித்தபோதொரு தளர்ச்சி வந்தது.
அது நேற்று.

அந்த நூலுக்கு விருது கிட்டி இருப்பதாகச் செய்தி.

"வேலிப்படலிலும் பூக்கிறது பாரேன்!" என்று
வியந்து நிற்கையில்,
"அது என்ன பூ?" என்று வினவியது குழந்தை.
"தெரியலையே!" என்றேனா, அதில்
தன் விழிகள் விரிதரச் சிரித்தது.
இது இன்று.

"இந்தப் பட்டணத்திலும் பார்த்திருக்கிறேன்,
'குறிஞ்சிபாட்டு' மலர்களில் பாதி,"
என்று சொன்னவர்
அதுவழி வந்துகொண்டிருந்தார் அப்போது.

வான்சிறப்பு

இந்தா இந்தா என்று எருதெனக் கதறுகிறது –
ஆள்கூட்டம் சேர்க்காத கவி என –
தானே திரண்டு தரையிறங்கி
திற திற என்று நிலந்தழுவிப் பொலிகிற இடிமழை.

வெறும் மண்ணொன்றும் இல்லை தான் என்று
முளைகளாய் புழுப்பூச்சிகளாய் நெகிழ்கிறது நிலம்.

"சாவுகிராக்கி மழை வந்து கெடுத்துடுச்சு,"
என்கிறது நகரத்து எரிச்சல்.

அப்புறமும் அடித்து அப்புறப்படுத்துகிறது
அவர்களின் சாக்கடைகளை

கவிச்சொல்.

நிலையா மை

மைக்கறை நிலைப்பதில்லை, சலவைப்பொடி
விளம்பரங்களில்.
குயிற்கூவலை ஊடறுத்தொரு பகல்நாய் ஊளை.

சார்த்திவைத்த வாசல்
சற்றித்தினூண்டு திறந்துவைத்த சன்னல்
இந்த வீட்டின் வெறுமையே ஒரு 'துணை' என
எடைநிறுத்துக் கண்டேன்;
ஈடாக புத்தகங்களைக் கொண்டுவந்தேன்.

சன்னலூடே, இடைக்கிடை நீண்டு,
மணமுழவு செவிக்கை குலுக்கும்;
சாப்பறையும் நாடித்துடிப்பு கணிக்கும்.

புறஉலகும் புனைவே எனத் தெளிகிறது.
பூரிக்கிறேன்..

புதல்வரைப் பெறுதல்

பூட்டிக்கொள்ளத் தினவெடுத்துத் தெருநாய்கள் முயல்வதை,
உயர்மதிப்பெண் வென்றெடுத்த மாணவிகள் பார்க்கிறார்கள்
ஒரு பள்ளி-விளம்பரத் தட்டியிலிருந்து.

கட்டடம் வரக் காத்திருக்கும்
முன்னை வயல்வெளித் துண்டுமனையில்
எருக்கம் பூவுக்கு கொசுஅளவு ரசிகர்கள்.

எனது வழித்தடத்தில்
எலியுடல் வவ்வும் ஒரு காக்கை.
அது நல்ல நிமித்தம் என்கிறது
"ப்ருகத் ஸம்ஹிதை".

நகரத்துத் திணைமயக்கில்
நாயும் எலியும் விலங்குகள்;
காக்கையே பறவை.
ஆடு, மாடு, கோழியும் பார்க்கலாம்
கசாப்புக்கடைகளில்.

உனது திறன் ஒன்றிரண்டு பிள்ளைகளாய்.
எனதோ இக் கவிதைகளாய்.
பயன், ஆனால் நமக்கும் அப்பால்.

கள்ளாமை

முன்னைக் காதல் அவர்களோடு
நட்பு நீளத் தொடர்கிறீர்கள் என்றால்
பாலுறவு உங்களிடைப் பட்டதில்லை, ஆமென்.

ஏனையோர், ஏன் உங்கள் துணை கூட,
'பட்டிருக்குமோ? இருக்காது,' என
ஐயப்பலகை ஏறி
அந்தரமும் நிலம்பாவலுமாய் ஆடுகையில்,

அப்பழுக்கின்மையே அடிப்படையாய்,
இன்னும் சில அடுக்குகளை
நட்பினில் ஏற்றுவீர்கள்.
பிள்ளைகளைக் கரையேற்ற
ஒருவர்க்கொருவர் உதவமுடியுமா தேற்றுவீர்கள்.

ஆம், பழைமை பாராட்டுதல் ஒரு சுடலை வேட்டை.
அதில் ஆதாய ஊழற் களவச்சம் புகாத
அருள்நிலை மூர்க்கமே தேவை.

அறிவுடைமை

'மழித்தலும் நீட்டலும் வேண்டா'
என விண்ட ஒருவற்கு
தாடியும் சடைமுடிக் கொண்டையும் பூணூலும் பூட்டி,
அயற்கிடை ஆடு திருடித் தமதாக்கித் தருக்கும்
இந்த ஒப்பனை உலகின் ஓர்ஆள் நானும்.

புலரியும் அந்தியும் பொழுதுகள் பிறவும்,
ஓரொரு நாள்கணமும் முகப்பூச்சு மாற்றும்;
அப்பால், கருநீல வெற்றிடக் கண்களில் நகைப்பெழ,
காலக் கணக்கின் ஆகாயம் சிமிட்டும்.

நூற்றுக்கு ஒன்று குறைந்தாலும் குற்றம் என்று,
பள்ளிப்படிப்பின் பிள்ளைகளை வறுத்து,
'கடுக்'உற உருவேற்றும் உடுக்குஇலா ஒருவெறித்
தாய்தகப்பர்தம் ஓயாச் சன்னதம்
வெக்கையாய் விரியும் எதிர்காலப்
பாழ்வெளித் துக்கத்தில்,

செத்த சிலந்தியின் ஒட்டடை எனக் கிழிந்து
என் மூளையின் மூலையில் தாய்மொழி தொங்க,
என் பிள்ளையை **"Think in English!"** உலகத்தோடு
அவ்வது உறைவது அறிவுறுத்திய கணத்தின்

ஒரு கண்ணீர்த்துளிச் சிதறலில்
சிலந்தியாய் உயிர்த்தேன்.

ஊழ்

பளிங்குப் பலகைகளால் படுதாப்போட்ட ஒரு கட்டடம், வானத்தை நகலெடுத்து நின்றது. முந்தியநாள் புயல்வெறி ஆயினும் முகில்களுக்கு இடதுவலது இன்மையால் அவற்றின் நகர்தலும், பளிங்குப் பரப்பின் ஊடே, இயல்பாகத் தெரிந்தது.

தொட்டடுத்த சந்துக்குள் அவனைச் சந்தித்தேன். அறிமுகம் தந்தேன். 'தனக்குக்கூட ரசிகனா!' என்றவன் வியப்பதற்கு முன்பே, அவன்கூட நடித்த திருச்சி திலகாவுக்கு என்று விளங்கச் சொன்னேன்.

முகவரி இல்லாமல் போய்விட்டாளாம்.

புரிந்துகொண்டேன் நான் மஞ்சட்கதையெழுத்தாளன். முறுவலித்தான் அவன் நீலப்படநடிகன்.

அருகில் ஒரு 'குடி'சாகையில் நுழைந்து, தரைக்கு ஒருவிரற்கடை மேலானோம்.

என் கையிலிருந்து ஆர்வமாய் வாங்கி விரித்த கலை-இலக்கியப் பத்திரிகையை அப்படியே கவிழ்த்துப்போட்டான்.

எடுத்து மலர்த்திப் பார்த்தேன். 'யோனி', 'முலை' என நிரப்பப்பட்டு ஒரு கவிதை இருந்தது.

ஒருமித்துச் சிரித்தோம்.

வெளியேறி விடைபெறக் கைபற்றிய தறுவாயில், விர்ர்ரென்று பாய்ந்த குருவியொன்று அந்தக் கட்டடத்துப் பளிங்குவான் மோதி விழுந்தது.

இப்படி நகருக்குள் வந்து சாவினை நாட, அதன் கூடதனைப் புயல்கொண்டதாமோ நேற்று ?

ஒருமித்து பெருமூச்செறிந்தோம்.

சொல்வன்மை

தனது பதின்பருவத்துத் தோழமையென்
இடம்தங்கி முன்செலப்
பயணவழி இடைப்பட்டு வந்தவன்,

ஓங்கிஓங்கி எறிந்தான் சொல்லடிதான் எல்லாம்
என்மேல் சிலபல இலக்கம் கோடிகளை,
தன் சம்பாத்தியம் என்று.

ஓர் உதவாக்கரை என நின்றிருந்தேன்,
வெறுங்கையோடு.

"அவன்கூடச் சேராதே!
சேருனே, உன்கூடச் சேரமாட்டேன்," என்றது
முற்றத்து விளையாட்டுக்
குழந்தைகளில் ஒன்றோடு இன்னொன்று.

இடைப்பட்டவன் எறிந்தவை, அவ்வேளை,
உள்ளீடற்று விழுந்தன என்னுள்.

என்னுள் விழுந்தன என்பது,
இதோ இங்கு அவற்றை எடுத்து வைப்பதால்
உண்மை ஆகிறது.

ஆகாதன, 'உள்ளீடற்று' என்றது. உட்பொருட்கு
வாகானது இந்த எழுத்து.

என்னாலானது

நேற்று இராப்பொழுது முழுதும் களமிறங்கி ஆடிய
கொடுங்காற்றுமழை பற்றிச் சொல்லி,
சில இழப்புகளை விவரித்தேன்.

தன் முன்னிலையில் நிகழாத அஃதொன்றும்
அவளுக்கு அர்த்தமாகவில்லை.

அவளைக் கூட்டிக்கொண்டுபோய்,
பொதுவழி மறித்து விழுந்துகிடந்த
முதுமரம் ஒன்றினைக் காண்பித்தேன்.

அதன் வைரமிழந்த உட்கூடு கண்டு துயருற்றாள்.

அம் மரத்தொடு
விழுந்து வெறுமையாய்க் கிடந்த
பெருந்தேனடை ஒன்றினை அவளே கண்டாள்.

கலங்கினேன். "ஆனால் அத் தேனீக்கள்
இன்னோர் இடம் தேடிக்கண்டடையும்;
கூடுகட்டும்," என்றேன்.

கசிந்த கண்களோடு ஏறிட்டாள்,
ஓ! புலம்பெயர்ந்தோரே!

மழைநாள் மாலை

உனது வயலினை, இனி நீ வரமாட்டாய் என்று, தந்திதளர்த்தி பெட்டிக்குள் இட்டுப் பூட்டிவிட்டேன்.

உனது கடவுளை, இனி யாசிப்பார் இல்லை என்று, நூலாம்படைக்குள் விட்டுவிட்டேன்.

முடிநரைத்த சில முகில்களைக் கண்டு, "பெய்யாமலே கையசைத்துப் பெயர்வீரோ ?" என்றேன்.

"இல்லை எம் கர்ப்பவாய் வண்மை நீ அறிந்திலை!" என்று, இன்னும் பனிக்குடம் உடைந்தபாடு நிகழ்கிறது.

இப்போது மாலை.

உன்னை வீழ்த்திவிட்டதாக எனக்கே தொலைபேசி, முன்பொரு நாள், ஆயாள் முழங்கியதை அறிவாயா ?

குன்றுகளால் ஆனதென்றிருந்த உன் மேனி, மணல்எக்கர்த் திண்டுகள் என்று அன்றுதான் தெளிந்தேன்.

பிள்ளைகளும் பெற்று நாள்கழிந்த இன்று, "ஒருதடவையேனும் பார்க்கவேண்டும்" என்றதால், மழையால் தலைமுழுகி ஆயாள்முன் வந்திருக்கிறேன்.

கடவுள் என்பது 'அவித்யா'வுக்குள் அடக்கம் என்று அத்வைதிகள் சொல்வது சத்தியம்.

இவ்விடத்தும் விட்டகன்று எவ்விடத்தோ நீ ?

ஆயாளும் நானும் ஒருவர் மற்றவர் தோளில் விழுகிறோம்.

நிழலுடைமை

உயர்ந்தும் குனிந்து தெருப்பெருக்கும்
ஒளிமுகத் தூண்களின் தாழே,
என் நிழலை
முன்னும்பின்னும் விட்டு நடக்கிறேன்.

இரவுப் பாடகன் நான்.

"செவியுள்ளவர் கேட்கக் கடவீர்!" என்றேனா,
நாய்க்குரைப்பு!

பல்லாயிரம் பாடகர் நிழலற்றுப் போக,
தனியோராளாய் வெறிகொண்டு மிதக்கிறேன்.

இதுபோலான பல தெருக்களை
என் படுக்கையிலும் இருப்புவைத்திருக்கிறேன்.

செவி என்ன, தொண்டை மூக்குக்கும்
ஒருவரே மருத்துவர்.
உங்கள் குரல்மொழியும் அப்படி,
பைரவரீர், நன்றி!

மதுபானக்கடைச் சரக்கு விற்பவனுக்கு நான்
மரியாதைக்குரிய ஆளாய்
மாறியிருந்ததைக் கண்டு, நொந்து,
இடுகாட்டு இருள்நாடிப் போனேன்.

அதுவே சுடுகாடாகவும் இருந்து தொலைத்ததில்,
எரிசிதை ஈம நெருப்பில்,
உடலோடு தொலையப்போகும் இகநிழல் இது என்
முதுகுக்குப்பின் வரிசைபம்மும்.

புருவமும் நரைத்த போக்குவெயில்

கார்காலத்து அந்தி முகில்அடைகள் விலக்கி நம்
பார்வைக்குத் தந்த தகதங்கப் பரப்பில், தன்
தூர்தணிய மூழ்கும் சுடர்போல் விடைபெறுதல்
யார்க்கும் இனிதாகும் ஆம்.

நேற்றிருந்து கண்ட 'நினைவஞ்சலி'த் துயர்
மாற்றவே இன்றிந்தக் 'கண்ணீர் அஞ்சலி' எனத்
தேற்றும் சுவரொட்டிகள்!

கள்ளும் மால் காமமும் நம் காலத்தின் முந்தியும்
உள்ளதால், பிந்தியும் உண்டாகுமால், அவற்றை
எள்ளாமல் போவோம் இறந்து.

இறந்தோர் இறந்தார் என்றாக இருப்போர்
வருந்தாக் கள், காமம் போல் வந்தாரை ஓம்பிப்
பொருந்தாரைப் போக விடல்.

என ஆங்கு,

புருவமும் நரைத்த போக்குவெயிற் பொழுதில்
ஒரு கிழம், கண்கடல் உப்புத் திவலைகள்
முத்தென முதிரும்ஓர் கற்பனை
வித்தையில் மிதந்து வீதிவழிப் படுமே!

யாழ்

"உனக்கும் மகளுக்கும் உறுதுணை ஆவேன்,"
எனக் குரல் கனிந்தேன்.

காப்பியப் பிணக்குக்குப் பிந்திய காவிரி
மெலிந்து கிடந்தது.
தலைக்கனம் பிடித்த அக் கானல்வரி மூர்க்கம்
தகித்தது அப்போதும்.

மாற்றிச் சுமக்க முன்வந்த என்னை
ஏற்றாள் இல்லை யாழ்வலன் காதலி.

"ஒருமுலை போனால் போகட்டும், திருமா,
மறுமுலை போதும்; போதாததற்கு
பசு, எருமைப் பால் உண்டு. வா! திரும்பு!" என வேண்டி
வழிந்த என் கண்ணீர் வைகையால் அவள்பாதம்
கழுவினேன்.

போய்விட்டாள், "தெய்வமாத்தான் போவேன்," என்று,
புலம்பெயர்ந்து.

'கொலைக்களக் காதை'க்கு முந்தி
அவர் தலைவன்
பாணரொடு கொற்றவைப் பாடலை மீட்டிய
யாழ்நாடிப் போகிறேன் நான்.

மைந்தொரு பாகி

ஒரு மகவுண்டானால்,
அதை ஆளாக்கிக் கடத்தும்வரை
ஓர் அப்பனின் தயவு எண்ணி, பிறகெப்போதும்,
பாழாக்க மாட்டாள் பதிவிரதம் என்று
திருவிழாக்கு அனுப்பிவைத்தேன்.

பதறியடித்து ஓடிவருகிறாள் பாதியில்!

ஈருடல் ஓரிணைவு இல்லையாம்,
முக்கூடலாம் அது.

எனக்கு அவளோடு இனி நாற்கூடல் ஆவதின்
கற்பனை சாத்தியக் கணக்குப் புரிந்தது.

வாய்ப்புகள் பல்கும் வரம் இது.

குந்தி பாஞ்சாலிக் கொடுப்பினை
இன்னும் ஒருபடி மேல்
என்குமாம் அப்போதும் எனது பௌராணிகம்!

மாரிகழி முன்றில்

தூத்துப் பெருக்கினாள்;
நீர்தெளித்து அமர்த்தினாள்.

விரலின் வீழ் தாரையால்
ஓர் ஒற்றைக் கோடு:
||மனஸ்யேகம் வசஸ்யேகம் கர்மண்யேகம் மஹாத்மனாம்||

அதன் குறுக்காக இன்னொரு கோடு:
||ஒரேபேறானவர், இவ்வளவாய் உலகத்தில் அன்புகூர்ந்தார்.||

இடைப்பட்ட கோணங்களை வகிர்ந்தாள்: –
ஒரு தாரகை:
||அத்தாரிக்: அது ஒளிவீசும் நட்சத்திரம்.||

அக் கோடுகளை இணைத்துப் பூவிதழ்கள்:
||கிங்கிணி வாய்ச்செய்த தாமரைப் பூப்போலே
செங்கண் சிறுச்சிறிதே எம்மேல் விழியாவோ ?||

அவ்விதழ்களைச் சுற்றிலும்
அடுக்கடுக்காய்க் கதிர்க்கும் பல் இதழ்கள்;
மையத்தில், முடிவாக, ஒரு மெய்யான மலர்:
||இப் பிரபஞ்சம் முற்றிலும், நீயேதான்
வேறெவரையும் விட
உன் அன்புக்கும் நேசத்திற்கும் தகுதியான ஆள்.||

என்றிப்படி
என்னே எம்குலத் தாயர்,
வாயில்நடை எழுது வழக்கத்தினரே!

இயல்பு

விட்டுவர மனமில்லாமல் சப்பித்தீர்த்தேனே
அத் தேநீரை நினைத்துப் பார்த்தேன்.
துளியளவே ஆனாலும் குழந்தை உணவல்லவா பால்?

||அன்னம் ப்ரஹ்மா|| என்பதையும் கணக்கில் எடுத்தால்?

கடைக்காரனுக்கும் எனக்குமிடையில்
தேவைப்படுகிறது பேச்சுவார்த்தை, மீண்டுமீண்டும்.
என் பங்குக்கு, நிரந்தர விழிப்பும்.

பிறகும் என்னைப் பேமாளி ஆக்குவதில்
நிமிர்கிறது அவனது லாப நிலவரம்.

‘தேநீர்–முற்றாள்’ எனது மேற்படிச் சிந்தனை வழியில்,
‘நிர்வாணம்’ சித்திக்காத இடுப்புத்துணி ஓர்ஆள்
அதற்காக முயன்றது போல்
மதுவருந்தி ஓரமாய்க் கிடந்தார்.
அவரை வருடி நகர்ந்தது சாக்கடை.

கழிவுநீர்க்கானை ஒட்டியொரு பாதிரி மரம்;
பகலிலும் அதன் தலையிறங்கி தாரகை வனம்.

மெய்ப்படல் வேண்டும்

தேக்குமரம் பூத்தடங்க மாமரங்கள் பூத்தொடங்கும்
நீக்கமறு கனவுகளின் நிலம்.

காவல்நாய்ச் சோற்றுத்தட்டின்
மீதம் கணக்குப்பண்ணி
ஆரல்மேல் காத்திருக்கும் காகம்.

மேல்நோக்கிப் பயணித்த வெயிலோன்,
நிழல்வீழ்த்தி,
கோலங்கள் செய்த சுதைச்சுவர் வானிலும்
சில மேகங்கள் பறவைகளும் நீந்தும்.

காத்திருந்து புளிக்காத களவின்
தேன்கோர்த்த ஒற்றைச் சிறுமுத்தம்,
ஆயிரம் அடுக்கிய காவியம் தீர,
தீஞ்சுவை நீட்டிக்கக் கூடும்.

வெள்ளந்தி இற்றைச் சுவர்முகத்தில் நாளை
கல்யாண விளம்பரமா, கண்ணீர் அஞ்சலியா,
பசைபண்ணிக் கொண்டிருக்கும் காலம்.

மனிதகுமாரன்

அவர் பசிக்கு என்னால் கனிகொடுக்க முடியவில்லை. அது கனிகொடுக்கும் காலமாய் இல்லாதிருந்தது.

என்னைச் சபித்துவிட்டார். கனிகொடுக்கும் காலமாய் இல்லாதிருந்த காலத்தில் தாய்வயிற்றுக் கனியாக ஆசீர்வதிக்கப் பெற்றவர் அவர்.

மரமாக இருந்தென்ன பயன் என்று மனிதனாக மாறிவிட்டேன் பிறகு, அப்பனுக்குத் தப்பியும் பிறக்கலாம் என்று.

அந்தமட்டில் நெருப்பு; வெறுப்பு. பிறகு ஒருபோதும் நான் கனி கொடுக்க முடியாது என்றதன் அர்த்தம் புரிந்தது.

விலகிக்கொள்கிறேன் என்றேன்.

அவர் பெயரில் வந்தொருவன் எழுத்துவணிகன், ஆதிக்கனி ஆசையை மீள மூட்டுகிறான்.

'ரத்தம்செத்த உடம்புக்கு, மது இல்லாங்காட்டியும் தேநீர் வெப்பமாவது' என்று நான் நாடுவிடுகிறேன்.

அந்நிய நதிக்கரையில் இருந்து நான் அழுவேன். அலரிச்செடியில் என் யாழை மாட்டிவைப்பேன். ஓ! எருசலேமே! நான் உன்னை மறந்தால்...

கவிதை பண்ணுதல்

'இலவம்பஞ்சு விதை போல' என்றால் அதில் கொஞ்சம் நாட்டுப்புறமும் கூடுதல் விடுதலையும் உணர வாய்ப்பு வரலாம். அதனால்,

//சீப்புப்பல் கழித்த கூந்தல்முடி போல
நாம் தெருவில் அலைகிறோம்//

இது உவமம்.

//வெயிலே கண்//

இது உருவகம்.

//தெருமுழுவதையும் தன் பார்வையின் கீழ் வைத்திருக்கிறது//

இது தற்குறிப்பேற்றம்.

*//கட்சி பல இருப்பதூஉம் காரணமாகத்தான்
ஒன்றை விஞ்சி ஒன்றென
வானளவும் உயர்ந்த கம்பங்கள்//*

இது உயர்வுநவிற்சி.

*//"காயும் வெயில்கண்டு கலங்காதே காற்றுண்டு
காண்!" என்று கையசைக்கும் 'கலர்'க்கொடிகள்//*

இது மோனை.

•

FIGURATIVE LANGUAGE:

Simile: a comparison using 'like' or 'as'.

She is as hot as pie.
The street felt hot like the surface of the sun.

Metaphor: comparison not using the word 'like' or 'as'.

Time is money.
The internet is the information super highway.

Personification: giving human qualities to animals or objects.

The teapot sang as the water boiled.
The sun played hide and seek with the clouds.

Hyperbole: extreme exaggeration.

I'll just die if I don't go to the party.

You snore louder than a freight train.

Alliteration: The repetition of the same initial letter, sound or group of sounds in a series of words.

Sheep should sleep in a shed.
Lazy lizards lying like lumps!

இது எட்டாம்வகுப்பு ஆங்கில இலக்கணப்பாடத்தில் கண்டது.

●

இனி நம் கவிதையைத் தொகுப்போம்:

திருநாள் தெருமனிதர்கள்

சீப்புப்பல் கழித்த கூந்தல்முடி போல
நாம் தெருவில் அலைகிறோம்.

வெயிலே கண்
தெருமுழுவதையும் தன் பார்வையின்கீழ் வைத்திருக்கிறது.

கட்சி பல இருப்பதூஉம் காரணமாகத்தான்:
ஒன்றை விஞ்சி ஒன்று என
வானளவும் உயர்ந்த கம்பங்கள்;
"காயும் வெயில் கண்டு கலங்காதே காற்றுண்டு
காண்!" என்று கையசைக்கும் 'கலர்'க்கொடிகள்.

நகர்த்தனித்த நாம்
மாற்றுமதக் கடைகளில் வாங்கித் தின்று
விழாநாள் ஆற்றாமை கடக்கிறோம்.

(இஃது ஒரு கவிதையாற்றுப்படை எழுத்து.)

திரிதல் மெய்ம்மை

பனிக்கால வளிமுயக்கில் குளிர்ர்ரில்லை.

ஏழையர்தம் உவமை ஒன்று சொன்னால்...
புளிச்சகஞ்சி அரிமிதப்பு போல
முகில்மிதந்த வானம்.

பூவரசின் இலையொன்று பறித்துப்
'பீப்பீத்துத் தெருநெடுகினான்.

செல்வந்தச் சிறார்தம் சிறையுருளி மிதிவண்டிகள்
நில்வந்து அவனை அவாவெறிக்க,

எச்சல் தொட்டி அதன்சிறை ஆ அங்கு
குக்கல் ஆண்பெண், வெட்கினாற்போல்,
விலக

உற்றதும் உற்றுச் சூல் அலம்பியதும் உறாததும்
கற்பின் அகராதிக் கணக்குகள்.

வாசல் அலங்கரித்த மணப்பந்தல் வாழைத்
தாறு கனிந்தென்? கனியாக்கால் என்?

சிதற உடைத்த தேங்காய்ச்சில் பொறுக்கி
உதரத்தீ ஊட்டினான்; சிரித்தான்;
இதரத் தெளிவுகள் மிகை, அம்மா, எனக்கே.

தாய்வீடு

காலையில், இந்த வீட்டு நிழல்
அந்த வீட்டில் விழுந்து வடிந்தது.

மாலையில், அந்த வீட்டு நிழல்
இந்த வீட்டில் படர்ந்து கவிந்தது.

மதியத்தில், ஒரு பருந்தின் நிழல்
குறுக்கே பாய்ந்தது.

ஒளியா, உருவா, நிழல்செய்வதெது?

இரவில், தியானித்து நின்ற
தெருவிளக்குகளின் எளிய தெளிவுகளில்
ஒரு பூனை மிதந்தது.

இருட்டின் ஓசைகளுக்கு, இன்று,
கீழடங்கிக் கிடக்கிற பாட்டிக்கு
பருவத்தின் கங்குல் புலர்வதற்கு
கிணற்றடிநிழல் போதுமாயிருந்தது.

உள்ளதெல்லாம் இருள்தான்.

கட்டடக் காட்டின் விளிம்பில் தவ்வி
நிழல் துண்டாட வருகிறது
முக்காடிட்ட நிலா.

வண்டு தங்காத பூந்தோட்டம்

ஒப்பனை மேசைக் கண்ணாடி
மயிர்மழிக்கத் தாடை தடவும் என்னை
ஒரு தினுசாகப் பார்க்கிறது.

கிண்ணத்து நீரில்
கத்திசுழற்றித் தளர்கையில்
கழுவுகுண்டம் மேலாகவே பொருத்திய
கண்ணாடி நினைவில் வந்து,
தானல்லவோ ஆண்பால் என்கிறது.

பால்சுரக்க விதிக்கப்படா மார்புக் காம்புகளை
மூடவேண்டியதில்லை பார் என்று
திறந்துபோட்டுத் திரிகிறேன்.

விடுதலை இது இல்லை
இடம் இது உனதில்லை
காய்ச்சல்கண்டவன் குறிபோல் துவண்டு
கொணங்குவதற்கு முன் கிளம்பு என்கிறது
ஆண்சிறகின் குறுகுறுப்பு.

ஆலாபனை

அவ்வளவே இது.

பெருகிப்பெருகி வடிந்து தெளிந்து ஒழுகும்
இப் பேரியாற்றின் ஓர்
இடைக்குறை என
வளியிடைப் போழப்படாஅ நெடுமுயக்கில் நாம்.

சூழவும் வெள்ளம்
தெளிதரக்கிட்டிய திண்டுகளில் எல்லாம்
விருந்துவிருந்து நின் காதலங் களிகள்.

வெய்யில் வெள்ளிசெய் நீர்விளையாடி
கொக்கொடு கூழை குருகுகள்
துரத்தும் உன் குழந்தைகள்.

கர்ர்ர்ச்கர்ர்ர்ச் எனக் கறிம்பி உழக்கி
எருமைகள் கடந்த அடைகரைக் கோரை
வருடுநா நானா ?

வேனில் வேம்பின் காக்கைஅடை பொரிந்து
ஆற்றங்கரை மாவின் பூந்தாது கோதும்
குயில் அது நீயா ?

ஏய், உன் உடம்பின் வெம்மை நினைவுகள்
என் காய்ச்சல் உறக்கத்தின் கனவுத் துண்டுகளைக்
கோர்க்கட்டும்!

ஆகாய கங்கையின் பால்வீதிப் படகு
வெண்காக்கைகள் சூழ
என் மீன்பாடு அமையட்டும்!

அதுவரை என் பாடல் முதல்வரிக்கு முந்திய
ஆலாபனை அவ்வளவே இது.

வாசனை

சூடுதற்கு ஒரு கூந்தலில்லா
இந்த வீடுவாய்க் கதவும் தட்டி
என்னை ஏளனம் செய்வதோ
உன், "பூ வேணுமா?"?

ஆள் வேறு யாருமில்லா
அடுக்ககத்து நிழல்நெடுமுற்றம் பூநாற,
கிளர்ந்தது என் ஊன் உடம்பன்று.

"சாமி படத்துக்காவது வாங்கிப் போடலாம்ல?"

"போடலாம், ஆனால் சாமி?"

போய்விட்டாள்,
வாசனை பின்தங்கிப் பெருமூச்செறிய.

ம்ம்...வெண்ணெய் அம் மகுளி வழுக்கல்
தன்னில் எம் முதற்சறுக்கல்
பண்ணிய கவட்டுக்கனல்
அப் புண்ணியவதியும் ஒரு பூவின் கடல்.

அழுத்தம்

தனித்திருந்து அம்மணக்குண்டிக் கலவிப்படங்கள்
காண்பது போலன்று,
சன்னல் அடைபட்டுப் புழுங்கும் இவ் வாழ்க்கை.

கிட்டாரின் **E***–தந்தி உச்சம் இளகுகையில்,*
படைப்புறுப்புகள் தம் நெகிழ்வில் அமிழாமல்,
தாளக்கொட்டுகளின் தமுக்குகளில்
வாய்பிளந்து மூச்சுவாங்கிப் பிழைப்பதூஉம் அன்று.

பயண வழிச்சாலைச் சிவப்புவிளக்கின்
“பொறு! பொறு!” அதிகாரத்தின் முன்
மகிழ்வதாய் இல்லை
வண்டியின் நெஞ்சாங்குலை உதறல்.

ஈரத்தால் எனது நிலம் முத்துப்படாத போதும்,
தூரத்தே வானவில்!

திரும்புவழியிலும் நெரிசல் தடங்கல், ஆயினும்
புணர்தல் நிமித்தப் புறாப்போல் குமுறுமால்
வாகனம் இதயம்.

இப்போது இளைப்பாறுகிறது,
முன்பு எட்ட இருந்த காரியமுக்கியம்.

எற்பாடு

முதலிழந்து மூடப்பட்ட சில கடைகளைக் கடந்துதான்
நகருக்கு வெளியே தொலைவில் போய் விழுந்து
சில்லிட்டது பகல்.

ஒடுங்கப்போகுமோர் ஆவியென அணிகூர்ந்து
கொக்குகள் சில, வானில்.

பிறகும் ஓர் ஒற்றைக் கொக்கு,
நிரம்பா வயிற்றுடன்,
முகம்இருளும் ஏரிக்குள்
சில எட்டுகள் முன்பின் வைத்துத் தவிக்கும்;

தூண்டில் ஆள்களுக்கும் பாடில்லை போலும்,
நிலா வரப் பிந்திய கருக்கல் முகமேறியும்
கரைவிடச் சுணக்கம்.

வெள்ளிதான் ஆயினும்
மேலைவானில் உசும்பிக் கிளர்வது
விடிவெள்ளி ஆகாது.

பதின்பருவத்தக்கரைப் பையன்,
சுங்கச் சாலையில்,
ஒரு திருநங்கையின் அக்கறை வாய்க்கப்
படுகிறான்.

(எற்பாடு = எல் + படுதல் = ஒளி + ஒடுங்குதல் = அஸ்தமனம்.)

கவிதை

ஹிட்லர் மீது எனக்கொரு மரியாதையும் இல்லை;
எர்னெஸ்ட் ஹெமிங்வே, சேரன்
கணைக்கால் இரும்பொறை மீதும் அப்படியே;
தண்டவாளத்தில் தலைகொடுத்தார் மீதும்.

பூண்டோடு அழித்திருக்க வேண்டும் யூதர்களை
என்கிறாயா ?

கூடுமா என்ன, தமிழர்களை அழித்தல் ?
தம்மை உயர்த்திக் கற்பிப்பவர் தமக்கே
தற்கொலை, கொலை.

உன் பிணத்தைச் சுட்டெரிக்கும்
இழிசாதி முத்திரை என் ஆயுள்;
இருப்பேன் அது எடுபடும் வரை.

ஆனால் இது கவிதையா ?

இல்லை, சின்னக் கட்டுரை.
செத்தாலும் கவிதைக்குச் சிறகுகள் இருக்கும்.

எச்சத்தால் காணப் படும்

வீழ்வேனோ எனக் கற்பித்த வீம்புபோல்
மேலைத் தொடுவான் மேலே தொங்கிய
ஆலம்பழத்துவர் அந்திச் சுடரும்
வீழ்ந்தது; பின்பும் மேலே
வாழ்ந்தது சற்றே முகில்அழல் பற்றி;
காய்ந்தது பிறகும் பிறைக்கங்கு மினுக்கி!

மேய்ச்சல் முடிக்காத எருமை முதுகில்
கரிச்சான்குருவியும் சுணங்கியது ஏன்?

இளைக்கஇளைக்க விளையாடிக் களைத்தும்
வீடுபோய் அடைய மனமில்லை சிறார்க்கு.

அடைந்தும், அடைத்த கதவுக்குள் கிடந்து
நீள்கிறது எனது கணினிய இரவு.

முடியவிடா முயற்சியில், தொலைவில்,
அவசரச் சிகிச்சை வண்டியின்
'வழிவிடு! வழிவிடு!' கூவல்!

அம்மாவும் கைவிட்டாள் இல்லை:
அகால நேரத்துப் பசியில் அறிந்தேன்
'பிஸ்கட்' வில்லைகளாய் அவளை.

விழிமேய்ச்சல்

ஓடுகிற வண்டியில் எனது சன்னல்
தேடுகிற எதையோ தேடி
வெளிச்சாடி உடனோடி இணையாக
என் பார்வையும் தொடர வரும் பரப்பில்,

மேய்கிற மாட்டின் தோழர்கள் போல
கொக்குகள் தொடர்வதன் காரணம்
மாடு கிளப்பிவிடும் வெட்டுக்கிளிகளா?
மாட்டுண்ணிகளா?

மேய்ந்து நகர்ந்தன, தூரதூரத்தே
அடிவான் தொட விரிந்த பச்சைவயல் விருந்தில்
மேகநிழல்கள்!

பார்வைக்குப் பார்வைதந்த பகல் பழுத்து
உதிர்ந்தவேளை
என் சன்னலும் தன்னியல்பில்
காற்றுக்கொரு வழி எனச் சுருங்கிக்கொண்டது.

கண்டதென்ன தேடி, பின்னே?

எல்லாம் ஒரு பசிதான் என்று
உண்டிக்கடை ஒன்றின்முன் நின்றது வண்டி.

உயிர்நிலை

நிலம் தாங்குவதால் நிற்கிறேன்; ஆனால் என்
நலம்கெட, இன்றோ நாளையோ சரிவேனாகலாம்.

நீர்வேட்கிறது சொல்லுலர்ந்த கண்டநாப்பாலை;
ஈரம் அந்தரத்தில் தொங்குகிறது
முகில்முகில் என்று.

வளி உள்ளதோகொல் சூழ மண்டலத்தில்?
வலிந்து வாய்மூக்கால் உறிஞ்சி
உடலுக்குள் உயிரை விசிறி இளைப்பாற்றுகிறேன்.

வானுக்கென்ன, நானுமே வரக் காத்திருப்பதுபோல்
மோனமாய் இளிக்கிறது.

தீ ஆனால் நீ;
எனது நினைவுகளில் திகுதிகுத்து
போகவிடாமல் எனைப் புரக்கிறாய்!

ஆக நான்...? அன்பே, நன்றி!

ஊறுகாய்

தனி ஓர் ஆளுக்குத் துணையாவது எது?
மதுவாகிறது எனக்கு.

'வங்கியிருப்பு' நினைவில் வந்தென்னை
முறைக்கிறது.
"மன்னித்துவிடு, தாயாரம்மா!"

மதுவோடு கூடிய பின்பு
எதுவாகும் என் இறக்கைகளுக்கு ஆகாயம்?

இசை என்று வந்து தன்
மடியில் எனை எடுத்தாள் வீணைநாயகி!

அப்போதுபார்த்தா வாயில்மணி?

"அம்மா நினைப்புதானா எந்நேரமும்?"
என்றபடி வந்தவள் தன்
மென்மையிலிருந்து திண்மைக்கு மாறும்
மார்போடு அணைத்தாள் என்னை.

கவிதை அன்றிது கதை

ஒரு வீடு தன்னை உருவகிக்க
இதோ இந்த இடத்தைத் தேர்ந்தது.

இது பல வயிறுகளை நிரப்பிய
வயலாக இருந்ததே என் துயரம்.
எனது சர்க்கரைநோய் முடுக்கிய நாளாந்த நடை
இதுவழி நேர்ந்ததும் காரணம்.

வீடு தன் அடிப்படை கண்ட நாளில்,
இதுவழியொரு பையன் பெண். பள்ளிச்சீருடை.
அவனை இழுத்து, ஏதோ பிணக்கு, அவள்
தன் மார்போடு அணைத்துக்கொண்டாள்.

வர்ணம்பூசிய கோழிக்குஞ்சுகளுடன்
ஒரு கூடைக்காரன் அதுவழி போனான்.

வீடு தன் கூரையைப் போர்த்தி,
அந்தரங்கம் பண்ணிய பின்னொரு நாளில்,
அவன்தான்... அவனோடு
அந்தப் பச்சை வாசனை வீட்டுக்குள் ஏறிய
சித்தாளுக்கு மார்புவளம் தாராளம்.

ஒரு வெருகு குறுக்கோடியது, ஆமாம்.

அதே வீடுதான். ஒரு கனவின் முழுமை.
முற்றத்தில் ஒரு வெள்ளைக் கார்.
அவள்தான்... இறங்கியவள் அவளேதான்,
சின்னத்திரை நாயகிகளில் ஒருத்தி.

இரண்டுமூன்று நாய்கள் அவ்வழியே
ஒருமித்து ஊளையிட்டன.

நின்று, அவற்றின் கண்களை உற்று நேரிட்டேன்.
அடங்கின நாய்கள். அடங்காத
என் சர்க்கரை காரணம்
அலைந்தலைந்து வியர்க்கிறேன் பிறகும்.

கவிதை அன்றிது கட்டுரை

எங்கள் ஊரில் ஒரு கிளியோபாட்ரா
இருக்கிறாள்.

கண்டிருக்கிறேன் அந்தக் கருப்பழகியை,
கோவிற் பிரகாரச் சிலைகளில்;
மூல விக்கிரகத்திலும்.

அம்மன்கோவிற் பட்டர், ஆனால்,
"கண்ணாற் காண்பது பொய்; காதால்
கேட்கப்பட வேண்டும்," என்றார்.

காது என்பது, இங்கே,
ஆதியில் வார்த்தை இருந்தது;
அது தேவனோடு இருந்தது;
அது தேவனாய் இருந்தது
என்பது போல.

நானானால் கண்டுணர்ந்தேன்:
அந்தக் கருப்பியை அழகியாய்
நானேதான் உருவகிக்கிறேன் என்று.

என் தாயும்
தமக்கை தங்கை மனை மகளும்
அவளில் சாயல்கொண்டு இருக்கிறார்கள்.

எனது உலகம் இது.
எனக்காக நானே படைத்துக்கொண்டது.

நீங்கள் கண்மண் தெரியாத வேகத்தில் வருகையில்
ஒதுங்கி வழிவிடுகிறேன்.
இது உங்களது உலகமும்தான்.

கானகம் அன்றிது தோட்டம்

நறுக்குகிறோம்;
வளர்ச்சியை விரும்புவதில்லை –
சில வெண்டைவிரல்கள் பூக்கோலம் புரிந்தாலும் –
நகங்களில் நாம்.

ரோஜாச் செடிகளிலும்.

கட்டுக்குள் ஆய சில கற்பனைகள் அல்லாமல்
விடுதலை இல்லை விளையாட்டு வீரர்கட்கு.

இசைக்கலை வல்லவர்க்கும்.

சன்னற்கம்பி தொற்றித் தொங்கும்
குரங்குவிடுதலைப் பருவத்தினன் ஒருவன்
அண்டைவீட்டுச் சிறுவன்,
"வீட்டுக்குள் ஏன், அங்க்கிள், நீங்கள்
ஜட்டி போடுறதில்லை ?" என்றதன் பின்,
என்னவள் அதுகேட்டுச் சிரித்தாள் ஆயினும்,
சன்னல்களையும் சாத்தித்தான்
தோரணம் கட்டுகின்றன எம்
கலவிக் கற்பனைகள்,

தாலி, வதுவை என ஆரற் சுவரிலாத
தாராள உறவிலும்.

'பே' காட்டுதல்

'காபரே'மேடை களைந்துகாட்டும் அம்மணம்,
வாய்நீர் வடிக்கும் நாய் நாவுகளுக்கு
எலும்புத்துண்டுக் கற்பித ஏமாற்று வேலை.

ஒரு பைத்தியக்காரியின் உடுக்கை அவிழ்தலோ
குடித்து மல்லாந்தவனின் கோலமழிதலோ
அறிந்தே அவிழ்த்துக்காட்டும் ஆளினது அளவிற்கு
அதிர்ச்சியூட்டுவதில்லை.

முலை, யோனி, லிங்கம், விந்து என ஒரு
கைக்காரிய விடலைக் கழிவறை போன்றும்
வெள்ளந்தி நெஞ்சாங்குலைகட்கு நேரே
வெட்டுக்கத்திக் கூர்நுனி காட்டும்
சைத்தானியக் களிகூரல் போலவுமான
உன் அமிலச்சொட்டு உக்கிரத்துக்குள்

இறங்கிப் பார்த்தேன்:

பாலியல் வறட்சிதூக்கும்
கோழைத்தனம் செயல்பாடு ஏங்கும்
மன-ஊனங்கள்.

இதுவும் கடந்துபோகும்.
வேறு வழி எனக்கும் தெரியவில்லை.

இறுதி விருந்து

ஓய்வதற்கு முன், பூமியொடு புணர்வில்,
ஒருபாட்டம் வலுக்கிறது மழை.

பரங்கிமலை, தனக்குமேல் பறக்கப்போகும்
விமானத்தை எட்டக் கண்டு,
இலையிமை விளிம்புகளில் நீர்சோர்கிறது.

ஐயுறு தோமையர் மெய்ந்நிகர்த்து அழுகிறார்;
ஆவியானவர் சாரற்காற்றாய் பெருமூச்செறிகிறார்.

"எங்கெ போயிறுவேன்? திரும்ப
வரத்தானே போறேன்?" என்கிற அவனை
இறுக்கி முயங்கி மீண்டுமீண்டும் கலக்கிற
அவளது பெருவிதுப்பில்,
பீறிவிழப்போவது போல்
படபடக்கின்றன திரைச்சீலைகள்!

இரண்டறிவதுவே அதனொடு நாவே

முதுமை, என்னைத் தோளணைத்து
தன் எல்கைக்குள் கொண்டுபோய்விட்டது
என்றே தோன்றுகிறது.

இல்லையா, என் காமுகமே,
இருண்டுபுரண்டு வந்த மழை பெய்யாமலே
பொங்கி வெளுத்துப் போய்விட்டதென்ன?

பிறகும் என்னுள் ஏன் இந்தப் பெரும்பாடு?

வேனிற்கால வெயிலில் நிழல்தர வேண்டி
பனிக்காலத்தில்தானே இலையுதிர்த்துப் புத்துயிர்த்த
இம் மரங்களின் கருணையே கருணை!

ஏலாமையின் கற்பித உச்சம்தான் இல்லையா,
கவிதையிற் புலம்பல்?

ஆட்டுக்கறி வறுவலில் ஆசை,
இட்லியைச் செரிக்கவே இடர்ப்படும் வயிற்றின்
உபரிமதிப்பு உமிழ்நீர் இதற்கே.

மறுமடல்

நீர்கலந்து வெட்கித் தளர்ந்த
மஞ்சள் நீர்மத்தில்
பளிங்குக் குவளைக்குள்
பனிப்பரல் போல்

ஊர்கடந்து தூரத்தே உள்ளதொரு
நட்பின் முகம்தோன்றி
மிதந்து கிலுங்கிய‌தோ புலம்பியதோ,

ஆறு முத்தித் தணுப்பேற்றி அனுப்பிய
காற்றுவந்து காவிரியின்
ஈரமொழியால் நட்பை
இனிப்பித்து நெகிழ்த்தியதே.

(தமதொரு விருந்தில் என்னை நினைத்துக்கொண்ட 'ஈரோடு'
நண்பர்களுக்கு)

ஊன் ஊட்டுதல்

"ஏன்ப்பா மண்டையெ மண்டையெத் தின்றீங்க?"
என வினவும் எம் பிள்ளைக்கு
நடுக்கண்டங்களை இட்டுக்கொண்டு,
"அப்பா அம்மா இல்லாதவங்கதான், கண்ணு,
மண்டையெத் தின்னணும்," என்கிறேன்.

எனக்கு எங்கள் அப்பா ஊட்டியது இது.

ஏதிலி

ஆள் உண்டா இல்லையா என்று அறியத்தராத
தாள்சார்த்திய சப்பைமுக வீடுகள்
மேல்தளங்களில் ஆக,
தரைத்தளம் ஊர்திகளைப் பூட்டிச்செறிக்கும்
பல்நிலைமாட அடுக்ககங்களின் தெருவில்,

குள்ளப் பூம்பூம்மாட்டின் குறுநடைத் துணை அவன்
வாய்சோர்ந்த வாத்தியம் தூங்கத்
தானும் தலைகவிழ்ந்து போகிறான்;

குப்பைத்தொட்டிநிழல் நாய்கள் குரைக்க,

காலம் இடம் மாறி அது நேர்ந்ததாய்
வானும் கருக்கலைந்து வெளிறி வெம்புகிறாள்.

சிறகி

நீ செத்துப்போனாய்.

உறைந்துவாழ் இனப்பண்பின் நிலமோ
நாடோடிக் குடிவழக்கின் நெருப்போ,
சாதி வழக்கப்படி,
உன் உடல்தின்று செரிக்கும்.

நீ இறந்திருக்கிறாய்.

மாலைகள் குறைந்து விழலாம்;
பாரதிக்குப் போல் வந்தவர்கள் சிலராகலாம்;
காலமோ பதர்களைக் காற்றுக்கே தரும்
அதைக் கண்டிருக்கிறோம்.
ஆள்கூட்டி அரசியல் செய்பவர்கள், பாவம்!

உன் கவிதைமணிகள் தங்கும்;

கொத்த வந்திருக்கும் ஒரு குருவி நான்,
பல்கும்.

மலைத்தல்

பெரியப்பா பெரியம்மா காலத்துக்குப் பிறகு அந்த
குளிர்வருடிப் பொதியும் மலைச் சிறுகுடிக்குப்
போயிருக்கிறேனா?

போனேன், ஓர் அண்ணனைப் பறிகொடுத்த நாளில்.

போகிறேன், நாளை அவர் மகனுக்கு
மணவிழாக் காணும் வாய்ப்பில்.

இன்றிரவு ஆனால் ஏன் இப்படிக் குடிக்கிறேன்?

"ஸ்தோத்திரம், மாமா!" என்பாள்கள்;
வாஞ்சையால் அவள்களின் பிள்ளைகளை வருடுவேன்.

அவள்களோடும் உலகத்தோடும் நான் தோற்றது
நினைவில் மறிய, ஆலயத்துள், ஆனால்
அப்போதும் தேவனுக்கு நன்றியே சொல்வேன்.
ஆகம விதி அது.

மாயோனாய், நஞ்சுண்டன் கண்டமாய்
கருநீலம் கொண்டு தன்னை
மாமாங்க மாமாங்கம் அலங்கரித்துக் காட்டும்
அந்த மலையில்
குறிஞ்சியாண்டவர் கோவிலுக்கும்போய் முனகுவேன்:
"நீயே ஆகுவை எம் காதற் கடவுள்!
வள்ளிகளை இழந்து தேவசேனாவும் சேர்ந்துறைகில்லா
நானே ஆகுவல் நின் அவுண-மயில் மிதித்த
நாகராஜன்."

புகலிடம்

எனது மதுக்கோப்பை கவிழ்ந்து
நனைந்தது ஓர் அகத்திணைப் புத்தகம்.

எனது படுக்கை விரிப்பின் சுருக்கங்கள்,
உதிர்ந்த மலர்கள்:
ஒரு சமர்க்களத்து எச்சம்.

வழி துள்ளும் ஓடை, ஆலும் மயில்,
வண்டிக்குள் ஜென்சி-இளையராஜா;
மலை உச்சி வெயிலுக்கும் முறுவல் வெம்மை.

சமவெளி இறக்கம் ஆனால் ஒருநாளும்
சமநிலை பேணியதில்லை.
ஒரு மந்தையை வென்றதற்கான மொந்தையிலும்
கள்நுரைக் குமிழ்கள் உடையவே உடையும்.

வேனில் மழைப்புழுக்க வெம்மையின்
வெண்டைப் பிசுபிசுப்பின் வழுக்கலை
நலிந்த மனவுடம்பு நாடவே நாடும்.

'யான்னி'யின் "நைட்டிங்கேல் அல்லது கவிமிகை

நைட்டிங்கேல் அறியேன்.
இந்தியன் நான் ஆனால் குயிற்குரல் அறிவேன்.

தன் கற்கண்டு ஒற்றைக் கூர்ங்கனலால்
என் இதயத்தை இளக்கி ஆவியாக்கி
வான்விரியப் பரத்தும் அது.

ஒரு புல்லாங்குழல்
அதன் வரித்தேன் வடிவத்தை வாசிக்கக் கூடும்
பிறகும் என் பியானோவால்
வயலின்களால்
முதலிரவு அறைக்குள் போகும் ஒரு தோழியை என
அதைத் தழுவி அனுப்புகிறேன்.

வெல்லத்தை நாவெடுக்கும் அளவுக்கே
எளிமையாய் இருந்த நான்
உலகப் பெருவெளியின் அமுதத்தில் விழுந்தது
இப்படித்தான்.

நான் கவிஞன் ஆனதும்.

மோகனம்
அல்லது பேய்க்கோட்டாலை

அல்லவோ நான் ஓர் ஆள்
அந்தரத்தில் மிதந்து கனாக் காண்கிறேன்...

கொள்ளை கொண்டு போய் என் குலைநெஞ்சை
காந்தள் விடர்-ஒரு-கிளை-நிறை தீண்ட
ஒரு வயோலா தந்திகனக்கிறது!

சில்லெனக் காற்றேறிய மேகங்கள் வரவால்
மின்னல் துள்ளுகிறது;
ஒரு செல்ல உறுமல்
மத்தளத்தில் அடிஅங்கை வழுக்கல்!

மல்லிகைப் பூ ஏறி
வலம்வருதே ஈர வாடை;
பச்சை ஊன் வாசனையும் கூடக்
குழறுதே குருதிவெங் கொதிநிலை!

சொல் அது யார் என்னைச் சூழ்வது?
துலங்காத காட்சியுடல் வீணையின் கமகம்.

ஒப்பியம்

கவிதைக்கே மீள்கிறேன் மீண்டுமீண்டும்

வெதுவெதுப்பும் பசித்தீர்வும் என
அணைதரும் முலைகளே தாய்

நிழல்கண்டதோர் இடம்தோர்ந்து
இமைகள் செருகி இறைஞ்சிய வேளை
என் வேலை
காதோடுதான் என்னும் கிளிக்கொஞ்சல்

எச்சிற்சுனை ஆழ்ந்துமாயும் தேன்கதலி

மேடுமிசை குண்டுகுழி தகர்த்துப் புரளும்
பெருமழைப் புதுவெள்ளம்

தப்பித்தல் அல்லவா இது ?

ஆனால் இந்த விளிம்பினடுத்த
கிறுக்குவெளிக் கருந்துளைக்குள் விழாது
தப்பித்தல் எப்படி ?

சூரிய முறுவலுக்கு எதிர்திசையில்
முகம்கறுத்த வானில் உயிர்கிளர்த்தும்
மழைவில் எனது வாழ்க்கை.

நேதி நேதி

குவளைப் பிராந்தியை
இருளப்பசாமி எனக்
கும்பிட்டு உள்ளிறக்கும் நான்

துடிசாமியின் கழுமரக் கொழுவில்
குற்றுயிரும் குலையுயிருமாய்த் துடித்துக்
கொணங்கிச் சாகும் சேவலை

ஆத்திகன் அல்லனோ நான்

இல்லையில்லை இனிக்கயினிக்கப்
பொங்கலும் பால்பழமும் தளிகை
இடுவார்க்கே அது இலக்கணம்

எங்கள் குலக்காவல் இன்னொருவன்
சுடலைமாடன் அவனுக்கு
மயானக் கொள்ளை

மரபின் உக்கிரத்துக்கும் வந்தேறி மழுப்பலுக்கும்
இடைப்பட்டு
முறிந்து

நாத்திகன் அல்லனோ நான்

கதைப்போம் கட்டுரைப்போம்
இடைப்பட்டு
ஒரு கவிதையும் இதுபோல்.

குருதிமறம்

புலி ஒதுங்கிப் போகிறது;

பிணம்பிய்த்துப் புசிப்பதில்
களிகூர்கின்றன காக்கை கழுகுகள்.

தூமையும் சிவப்புதான்
அது படைப்பின் அங்கமென்று
மதிக்கும் ஓர் ஆள்க்கு மதியில்லை போலும்!

கூடுதலாய் 'ஐஸ்' போட்டுத் தா
ஈரமற்ற இந்த முதுவேனிற்கால வெக்கையை
'ஷர்பத்'தால் கடக்க முடியுமா பார்க்கிறேன்.

நாற்கரச் சாலைதான் என்றாலும்
அடுத்து வந்த நாவறட்சியில்
ஒருதுணையும் உடன்வராத என்னை
அக் குரல் ஒதுக்கும் இவ்வாறு:

ஸாலா மதராஸி, தூர் ஜாவ்!

கொலைபடல் விருப்பம்

முட்டைவண்டி வலவும் கவனத்தோடு
பெற்றோர் பேணிவளர்த்த என்னை
அடுப்புகாய் கல்லிடும் அடை செய்முறை எனத்
தகர்க்கிறாய்; உன் கை உப்புமிளகும் கூட்டி
அடிக்கிறாய் நுரையெழ, அன்பே, இதா உன்
கீழடங்கிப் போவதும் கிளர்ச்சி; நெய்க்கனல்வில்
ஊனுருகித் தீனி ஆவதூஉம் பேருவகை!

வெள்ளம் வடிந்தொழுகு வரிமணல் ஓடையில்
துள்ளும் மீத மீன்கள்தாம், நாராய்,
உள்ளுமோ உன் பசிமீள் வருகையை?

கள்ளுமே உண்டார்கண் அல்லது...
ஆம், அதே அதே.

மேம்படல்

என் பொச்சரிப்பைத்தான்
சந்தியில் பலர்பார்க்கச் சொறிகிறேன்;

என் மண்டைமாடியின்
அழுக்கிருட்டு மூலைகளின்
இணைமாற்றி இணைசேரும் உருவுகளைத்தான்
வெளிச்சம்போட்டுக் காட்டுகிறேன்.

நீயும் ஓர் ஆள், உன் மூளையில் கார்வைபட்ட
(யாரோ ஒரு கருமானின் கைவினை) சட்டகத்தில்
என் சொறிச்சலும் இளித்தலும்
பொருந்தவில்லை என்று
பொல்லாப்பில் இறங்குகிறாய்.

ஏரியின் இளந்தோற் பரப்பு
கடந்துபோகும் ஒரு காற்றால் திரைகிறது.

ஒரு கஜ்ஸல் கேட்டதில்லையா?
உன்னத சங்கீதம்? ஆண்டாள்?
இதுவும், அதுபோல், சிற்றின்பம் இல்லை;
பேரின்பக் காதல், பிரபஞ்சக் கலவி என்கிறேன்.

இப்படிக் கூட உதவவில்லை என்றால், அப்புறம்,
கடவுள் அஃதென்ன கடவுள்?

பின்னும் முன்னும்

வேலி மீறியதொரு கிளை
தானே உதிர்த்ததொரு கனி
பொறுக்கி
நான்
பின்னிரவில் வெளிப்படுகிறேன்

உறங்குகின்றன தெருநாய்த் தொண்டைகள்கூட

உயரே மிகவுயரே
விழித்திருக்கிறதுதொரு சன்னல்

கருக்கலைத்து
மயக்கமருந்தின் கொணக்கம் விலகாது
சரிந்துகிடந்து ஊர்ந்த ஒரு மூவுருளிக் காட்சியும்
பழம்நினைவாய்

கிடை-இடையர் பாணாள் பார்க்கும்
பால்வீதி வானம் கலவி உச்சம்

இறங்கித் துளிவலுத்த சடசடப்பில்
கூரைத் தாரையில்
கைக்கனி முழுக்கு

இனிப்போ துவர்ப்போ இனி
அது என் பொறுப்பு.

இருத்தல்

கூடுதற்குக் கூடிவந்த வேளை, எம்
கூடல்வாய்க் கசிவில் குருதி கண்டு, தன்
மார்பிலும் தோளிலும் மடியிலும் பொதிந்து
ஓர் ஆறுதல் என
மெத்துமெத்தென்று முத்தவேது ஒற்றிய
கனிவிடா காதல் அத் துணைக்கு ஒருபோதும்
கனியவில்லை பிறகு அக் கூடல்.

திரும்பி வருமோ
இறால் பறிகொடுத்துப் புலம்விட்டுப் போன
தேனீக் கூட்டம்?

துண்டுபட்டுத் துளைபட்ட மூங்கில்,
காற்று மண்டிலத்தில்
மறுகுகிறது பெருமூச்செறிந்து.

தற்காலிகமில்லாத் தகவு

எப்போதும் இனியது
அப்பத்தாவைத் தழுவி முத்தம் பகிர்வது.
வேண்டும் அதற்கு, விதையிலைகள் உதிராப்
பயிர்நிலைப் பருவம் நமக்கு.

ஆகாயவெளியிலிருந்தொரு புறா
நம் தோளில் அமர்வது; அல்லது
தீநாவு தப்பியொரு புதர்நாகம்
நம் காலைச் சுற்றுவது
கவிதை.

போட்டிக்கு நிற்கும்
விளம்பர நடிகையின் ஏற்றஇறக்கப்
பங்குச்சந்தையில்
அப்பத்தா தோற்பது இயல்பு.

நடிகைக்கொரு பேரன்
வாய்க்காமற்போக வாய்ப்புண்டு.

புரிகிறதா, மக்களே,
நானே தோல்வியின் நாயகன்;
ஆல் அப்பத்தாவின் விழுது.

அகல்

எவர்க்கு இல்லை சொல்
இருட்டின் மின்வெட்டுப் பொழுதுகள்?

தவிர்க்கவில்லை பாரேன்
சில வண்டுகள் ஊத, ஊதா
எருக்கம்பூவிலும் தேன்!

புரவலர் இல்லா நாய்க் குழுக்கள்
பாளையம் பண்ணிக்கொண்ட பிறகும், மனிதர்க்கு
வழிவிடுகின்றன ஊர்த்தெருக்கள்.

மறுபடியில்லா வினாவொன்றும் இல்லை.
மொழித்திறன் போதாமற்போகும் போது
கண்ணீர்க் குழந்தைமையால் அல்ல
முதிர்அமைதி முறுவல்கொண்டு அணை!

எல்லாப் பருவத்திலும் நாளிலும், கவனி,
பூத்து நிற்கிற மரம்கூட உண்டு: பாதிரி!

என ஆங்கு,

அடைகாக்கும் சிறகுகளின் அணுக்க வெதுவெதுப்பின்
முறைவைத்துப் பலகாலும் சொன்னாய். முதிர்ந்தேனா?

ஈர்க்குகள் சுள்ளிகளோடு கம்பி இழைகளும்
தேர்ந்து செல் காக்கை; அப்பொழுதும் கிளைமறைந்து,
"கிளுங் க்ளுக் க்யூங்," எனத் தேன்தினவுக் குரலில்
கிளுகிளுக்கும் குயில் – இவை கண்டும்ம் கேட்டும்
முறுவலுக்கு மாறும் முகம்வனைந்தேன், இல்லையா?

மடிகனத்துத் தாழ்கிறது வானம்; இனி நானும்
அடைமாலைக் கருக்கல் இந்த ஆலம் பெருமரத்தின்
கெச்சட்டப் பறவைகளைக் கேட்ட மகிழ்வெறியில்
துச்சம் குடிபோதை எனத் துறந்து மாறுவேன்.

நேர்நின்ற வீட்டின் நிலைப்படியில் அப்போதோர்
ஆர்வவிழி மின்னும் அகல்.

ஸிஸிஃபஸ்

ஒரு முறுவலை விரிக்கிறேன்
அல்லதொரு கண்ணீர்த்துளி விடைபெற கனிகிறேன்.

நான் உறங்கியிருக்கவில்லை;
உறங்கி நீ கண்டதும் என்னவோ?
நடுவில் விழித்து அந்த நள்ளிரவில்
உன் கனவின் பால்மர முறிவின் ஈரம்
என் உதடுகள் உணர ஒற்றிப்
பிறகும் உறங்கினாய்.
பிறகேது உறக்கம் எனக்கு? பித்தம்.

ஒரு முறுவலை விரிக்கிறேன்
அல்லதொரு கண்ணீர்த்துளி விடைபெற கனிகிறேன்.

வருதிசை நோக்கியே வணங்கவேண்டுமாம்
செல்திசை நோக்கித் திரும்பி இருந்தேன்
உதிர்ந்துவிட ஒரு தருணம் இதுவோ?
நதியோடு என் கைநழுவிய மலர்.
பூவே பூ எனக் கூவி
கரைநெடுக ஓடித் தொடருமொரு காதல்.
கூப்பினேன் கை; கூடவே பறத்தினேன் ஒரு முத்தம்.

ஒரு முறுவலை விரிக்கிறேன்
அல்லதொரு கண்ணீர்த்துளி விடைபெற கனிகிறேன்.

அடுத்த நம்பிக்கை நிறுத்தம்
அந்த நிழற்குடை நோக்கி என் போக்கும்.

சந்திப்போம் ஆம் முன்புபோல் மீண்டும்.

எமக்குத் தொழில்

மீண்டுமீண்டும் உன் விழியாழத்துக்குள்
விழுந்துமுங்கி மூச்சுத் திணறுகிறேன்,

கரையேற்று! என்னைக் காப்பாற்று!

ஓர் அரிசியில் எனது பெயர்
எழுத அக்கறை கொண்டதே,
உன் இதயத்தில் எச்சல் தொட்டு
அழித்துவிட்டதா என்ன கருணைக்கை?

உன் செவிவாசற் படிகளில்
வேண்டுதற் சீட்டுப்போட்டுக் காத்திருக்கிறேன்,

உதடுகளை மீட்டு! ஓர் உயிர்அணக்கம் காட்டு!

சாகும்வரை ஓர் அவமானம்போல்
மறக்கமுடியாதபடிக்கு
வழிமீளவும் முடியாத வகைக்கு
அழல்பாயப் படுத்தினால் இது என்ன காதல்?

அவ்வப்போது ஒரு சிறுமுத்தம் அவ்வளவே,
காவிய நெடுமுயக்கா வேண்டுகிறேன்?
கனிவுகொள்!

மறுமை

காற்றின் விளையாட்டு விசிறலில்
புரட்டியடிக்கப்படுகிற சருகு நான்

உதிர்ந்தேன், வரப்போகும் வசந்தத்தின்
இளந்தளிர்ப் பிறப்பு நீயே ஆக
இடம்விட்டு.

ஒரு கண்ணீர்த்துளி உதிரலின் பின்
நுரையீரல் ஈட்டும் விடுதலைப் பெருவெளி
அறிவாய்தானே ?

ஏரியின் மீதாகச் சிறகசைத்துக் கடக்கும்
ஒற்றைப் பறவைதான் எத்துணை அழகு!

ஆகாயம் திகைத்துப் பரபரத்து
ஓர் ஈர மேகத்தைக் கீழிறக்கும்.

பச்சையக் கிளர்ச்சி தளராதே! தாக்குப்பிடி!

தோட்டி வாரியல் சிக்கி
குப்பைத்தொட்டிக்குள் போனபின்பும்
வந்துசேருவேன் உரமாக
நீ துளிர்த்திருக்கிற மரத்தின் தூரில்.

தெரிதல்

வாசல் நிலைப்படிக்கண் வந்தெதிர்கொண்டு
பிறைநிலா இளக்கும் இந்த
முறுவலிரவுக்குள் நுழையாமல் எப்படி?

பகல்வெக்கை நெடுநாட் கிடந்தேன்,
உன் தாமரைப் பாதம்படைக்க
சில முத்தங்களுமாய் முழந்தாளிட்டு.

என் தலையுதைத்து...
என் தலையுதைத்து, சீ! போ!

வெளிப்பிரகார இடதுமூலை முடுக்கில் ஒதுக்கி,
கற்குறி-அம்மணம் காட்டும் கலை.
முகத்திரண்டு புண்ணுடையார்க்கு இங்கென்ன வேலையென்று
குருட்டு வெளவால் சடபடத்து குறுக்குவெட்டும்.

360-பாகை, கரப்பான்பூச்சிக்கு பார்வை;
கூடவே நுண்ணுணர்கொம்புகள்!

அதனால்,

இரவே எனக்கான பொழுது;
மதுவே என் வாய் முத்த சுனை;
கனவே வரம்பிலா விழி, இனி.

வேறுபுலம்

ஒரு தண்ணீர்ப்பந்தல் நீ;
உன்னிடம் மண்டியிட்டு கையேந்தி பருகி, மறுகணம்,
உன் நிழல் விட்டு நீங்கவும் விதிக்கப்பட்ட
நாடோடி நான்.

ஆற்று வெள்ளத்து வடிகால் ஓடை
அதன் ஈகை
ஆண்டிலொருக்கால் அம்மட்டே.
மீத நாளெல்லாம் உடல்வேகும் பாலை
மானவாரி நான், இது உண்மை.

நதிநீர்ப் பெருக்கின்மேல் ததும்பலாடிப் போகும்
ஒரு வங்கப்பாடல் கேட்கையில் எனக்கேன்
அகலவிழி இரண்டொடு கூடி
நெற்றிக்கண் ஒன்றுகூட நினைவுக்கு வரவேண்டும்?

வாடிய பயிர்க்கெலாம் மழைவிழுது ஊன்றும்
வானத்து வாஞ்சை
எம்மிலும் பிரியமான யார்க்கோ யார்க்கோ
பெய்யுமால் தொலைதொடுப்பில்.

வித்தின் விளைநிலத்தின் வெக்கையும் கூடி இங்கே
வந்தெட்டும் மூக்குணர்வின் ஈர வசந்தம்
சேய்நாட்டது ஆயினும் ஆக!
எம் தாய்நாட்டின் காற்றும் தணுத்தது காண்!

கடல்

முலையருந்தும் குழந்தையின் உள்ளங்கால் முத்துகிற
தாய் நீ.

உடம்பலுப்பு நோவுக்கு மேலேறி உழக்கிவிடும்
பிள்ளைமென் பாதங்களின் வல்லமை மெச்சுகிற
தந்தை நீ.

கடலே, உன் அலைகளுக்குள் கால்நனைத்து நின்றேன்.

ஊதைக் குளிருக்கு உடலடுப்பு மூட்டுகிற
காதல் நீ.

தட்டுத் தடுமாறி வீழ்ந்துபட நேர்கையிலே
தடுத்துக் கரைசேர்க்க அடுத்துவந்து ஏந்துகிற
நட்பு நீ.

கடலே, உன் அலைமுயக்கில் உப்புநயம் கற்றேன்.

இப்பிகள் ஈரமணற் கரையேறி வருபொழுதில்
வலைகொள்ளா மீன்பாடு கண்ட ஒரு வலைஞனையும்
அலைநீர்மேல் நடந்த ஒரு வறியனையும் கண்டேன்;

கடல் வான் தொடுவளைவில் கதிர்த்ததோர் ஒளியனையும்.

(இப்பி = உயிருள்ள சிப்பி)

குடைமரம்

தூறல் தொடுக்கத் தொடங்கியிருந்தது
ஒற்றையொருமேகம் உச்சியில் நின்று.

இஸ்லாமியர் ஒருவர்க்கு
அவர் குல்லா மட்டுமே போதுமாயிருந்தது.
அதன் கீழ் அவர் கேடய நடை.

மிகநீள முருங்கைக்காய்
வாங்கியெடுத்துப் போனாள் ஓர் இல்லறத்தி.
காற்றுக்குக் குதுகுதுப்பேற்றவே போலும்
இச்சுப்பிச்சுகளை இறக்கியது வானம்!

ஒதுங்கினேன்
ஒரு மரச்சுவட்டில் பிந்தி வருகிறது மழை.

வெறித்ததும் விட்டகன்றேன், அப்பா,
பிறகும் பெய்கிறது மரத்தடியில் மழை!

சும்மா கிட!

கண்ணோடு கண்
பேசும் பேச்சொன்று கற்பித்தாய்
முன்னோர்கள் தந்த
மொழி முற்றாக வாய்மறந்தேன்.

அள்ளி உவகை அலை தூக்க
களிப்பேனா?
துள்ளி கவலைத் தரை வீழ்ந்து
துடிப்பேனா?

ஊன்தின்று வாழும் பருந்தொன்று மேலே
வான்நின்று நீந்தும் 'ஷெஹனாய்'க் குரல் போலே.

ஒரு சிறுபெண்
தன்னைத் தொடருமோர் ஆடவன்
தெரு மடக்கில்
தன்காற் செருப்பெடுத்துக் காட்ட,

முதுவாய் ஒருவர் அதன்மேல் சிரித்தார்;
மெதுவாய் பிறகவள் கைகால் முறித்தார்:

எதிர்வினைகள்
சைத்தானை என்னசெயக் கூடும்?
அதில் நமையே,
நாளடைவில், கொண்டுவீழ்த்திப் போடும்.

சொத்து

வருந்தாதே, அன்பே, உன் சிறகிலிருந்து
பிரிந்த இறகு ஒன்று உன் வாழ்வை
எழுதிச் சென்றது உண்மைதான்,
ஆனால் அது காற்றில்.

காற்றிழைப் பாவுகளில்
மழையிழை ஓடம் ஓடியோடி
நெய்துவீசிய குளிர்மெல்லாடை
போர்த்திப் புதைந்து புணர்தலின்பம்
கூட்டினாயில்லை.

இல்லை பார், இவர்கள் கண்களுக்கு
காற்றின் தீராத பக்கங்களில்
தடவிவாசித்து அறியும் தனித்திறன்!

திறந்திருந்த சன்னல் ஊடு சாடி
மழையிழை ஆடையின் நடுவிலொரு
சித்திரம் எனச் சிக்கி ஒரு சின்னமும் ஆனாய்.

ஆனால் உன் இறகுதிர்ந்த சிறகின் அந்தக்
கூடாரத்துக்குள்தான்
பிந்தி எங்கள் குலாவல் கூடல்;
அடைகாத்தலும்.

தாய் நீ! சகலமும்!

உன் மழைநத்தைவாயிதழ் ஊர்தல்
என்ன் உதடுகளில் ஈரம்பெயர்த்திய
காதலங்காலத்தின் தொலையாத் தொல் ஞாபகம்
பாறைக் கசிவிடத்துப் பாசி, ஆம் இன்னும்.

ஒரு வெயில்அந்தி வருடல்
பொன்பூசித் தளரும் வேளை இப்போது.

சாலைப் பழுதின் புழுதிப் பொடிபுகைந்து
கண்ணிலும் மூக்கிலும் திணறல் கரிக்கும்;

ஓரத்து ஓர் செடியின் பெயர்தெரியாப் பூவில் அப்
போதுதான் போதவிழும் துப்பார் சிறைநிறங்கள்!

கரையுடைத்த பொல்லாப் புனற்பெருக்கால் எம்மைத்
துயருக்குள் ஆழ்த்திய ஏரி அதேஅதன்
கட்டுக்குள் மீண்ட கரையில்தான் இதோஇதென்
நாளாந்த நடைக்குவந்து நாசி விடைக்கின்றேன்.

அடித்தாலும் தாயணைந்து கேவுதல் அல்லால்
விடிவுண்டோ பிள்ளைக்கு வேறு?

விடுதல்

புரட்டப்பட்ட பக்கங்களின்
இருண்ட இடுக்குகளுக்குள் போய்விடுவேன்,
நாளையோ பின்னையோ அது நிச்சயம்.

ஏதொரு மாமகா காப்பியத்தையும்விட
மீமிகப் பக்கங்களைக் கொண்டதென் இதயம்.

அறிவாய் நீ அதை; என்னாகும் அப்புறம்?
பளுப்பேறிப் பொடியக் காத்திருக்கும் ஏடுகள்
நடுவிலிருந்தொரு மயிலிறகு நழுவி
உன் பிள்ளைகள் கைகளிற் கிட்டும்.

உருமாறி நிறமாறிப் போய்க்கொண்டேயிருக்கும்
முகில்களே, நீங்கள் பாக்கியசாலிகள்!

சொல்வாயோ, உன் பாதங்களில் பூசாற்றி
கருணைக்கு ஏங்கிக் காத்திருந்த
உயிர் ஒன்று இருந்ததென்று
அதன் நிறங்கிளர் மிளிர்வுகளை?

அறியாமலே இப் பாதையில்
அடியெடுத்துவைத்துவிட்டேன்; என்போல்
அஞ்ஞானி இல்லையென்றே ஆக!

இத் துளி–ஈரத்தால் என்ன பயன் என்றா திகைக்கிறீர்?
இப் பாலையுலகில், என் ஆளுக்கு,
சூழநிற்கும் கருக்குடநீர்மமே இதுதான்
என்பதென் கற்பனை.

முடிகிறேன்
என் விழிக்கடல் விளைந்த
முத்துக்களை காணிக்கையாக்கி.

இருத்தலியம்

கிளை கைவிட்ட ஒரு வீ எனக்
கீழே கிடக்கிறேன்.

ஒன்றுமில்லை
எனக்கு இங்கே சாதித்துக்காட்ட இனி
ஒன்றுமே இல்லை.

மீதம் இருக்கிற இம்மியூண்டு வாசனையும்
பூமிமேல் தூவப்படவே
காற்றின் மென் கைவிசிறலில்
மூச்சிளைக்கிறேன்

பிஞ்சுவிட்டுக் காய்த்து கனியாகக் கூடும்
நாம் பூத்திருந்த காம்புகள்.
அது நமக்கு மறுமை.

வண்ணத் தத்தளிப்பின் உறிஞ்சுகுழல் முத்தங்கள்
இடைநிலை மயன்மை.

குப்பை எனக் கூட்டி வாரியலின் இரக்கமின்மை
நம்மைப் புறந்தள்ளும் நாளை.

அம்மட்டும் இம்மை.

அந்திமந்தாரம்

என்னவோ செய்தலைந்தேன் இத்தனைநாள்;
சின்னதொரு சேகரமும் செய்யவில்லை.

காமம் அரும்பவிழாக் காலத்தே ஆசைவைத்த
ஊமன் கனா
அது செல்வக் கணக்கில் வருமோ?

நித்தமும் நெய்விளக்கு நேர்ந்து உன் நெடுங்கதவம்
தட்டினேன்; தாழ்ப்பாள் அசைந்து தரவில்லை.
நெய்தீர்ந்து போனது, போகிறேன்;
மீளேன். என்
கைவெறுமை காட்டவே காட்டுகிறேன், 'டா டா'.

என்னவோ செய்தலைந்தேன் இத்தனைநாள் இத்தனைநாள்;
சின்னதொரு சேகரமும் செய்யவில்லை செய்யவில்லை.

அக்கரை தென்படாத ஆற்றின் அகலத்தே
தற்குறிப் போக்காகப் போகிறது
என் நாவாய்.

இது கற்பகால வாடிக்கை, ஏன் கலக்கம்?
பார், நமது முப்பாட்டன் சூரியனின்
ஈமத்தீ மேற்குமேற்கே!

மதிப்புரை

ஞாபகச் சலங்கை சதா அதிரும் கழுத்து

நீங்கள் எவ்வளவு ஆழ்ந்து வாசிப்பதாக பாவித்துக் கொண்டாலும், உண்மையில், ஸப்-கான்சியஸாக ஒரு படைப்புமனம் எதை வாசிக்கிறது என்பது முற்றிலும் புதிரானது. நிலாப்பார்த்துக் கொண்டிருந்தாலும் நட்சத்திரங்களிடையே மினுக்கமில்லாத நிலைத்த கோளை ஞாபகத்தில் எழுதிக் கொள்கிறது; எவ்வளவு பெருங்கூட்டத்திலும் யாரோ ஒருவரின் ஒருவிரல் குறைவான கரத்தை..., இறந்த குழந்தையின் ஊதாப்பூ உதடுகள் வருடங்கள் கடந்தும் இம்சிக்கிறது; பாழ்பட்ட கோட்டையில் வவ்வால் தொங்கும் அந்தப்புரத்தை ı பார்க்கையில் ஒரு கூரைச்சித்திரம்; விடுபட்டவைகள் என்று எண்ணும் எல்லாவற்றையும் – கடற்கரைக் கிளிஞ்சல்கள், தைத்து மீந்த கத்தரிக்கப்பட்ட வர்ணத்துகில் துண்டங்கள், மிட்டாய்க் காகிதங்கள் என்று – தன் ரகசிய அறைகளில் பதுக்கும் சிறுமியின் சிற்றாடையின் முன்மடி.

Borges எழுதிய 'Artifices – *1944*' தொகுப்பில், 'Funes, His Memory' என்றொரு கதையில் வரும் வரிகள்: Nor were those memories simple & every visual image was linked to muscular sensations, thermal sensations and so on. He was able to reconstruct every dream, every dream he had ever had. Two or three times he had reconstructed an entire day, he had never once erred or faltered, but each reconstruction had itself taken an entire day. "I, myself, alone have memories than all Mankind since the world began," he said to me.

எவ்வளவு அழகான ஃபேண்டசி இது! எவ்வளவு மெய்மையோடு இணக்கமாக இருக்கிறது இந்த வரிகள்! இந்த மீளுருவாக்கம் கற்பனையோடு இணைகையில் படைப்பின் ஊற்றுகள் இடறித் திறக்கப் படுகின்றன. முன்முடிபுகளை உடைப்பதில்தான் இருக்கிறது மீறலின் ஆயுள். நீர்வற்றிய படுகைகளில் இறைந்திருக்கும் வர்ணக் கற்கள் மனதின் தாழ்வாரங்களில் கூடுகட்டி இருக்கும் அதன் புதிர்கள், அவற்றின் பயணம் நெடியது. ஒரு நல்ல கவிதை, இல்லை ஒரு கவிதை, இத்தன்மைகளோடுதான் நம்மைக் கீறுகிறது.

நம் அறிபுலன்களுக்கு சவால்விடும் கவிதைத் தொகுப்புகள் மீது காதல் வருவது தன்னிச்சையானதுதான் என்றபோதும் அதன் மொழிச்செழுமை, மகரந்தச் சொற்களின் மெழுகுவழுக்கல் நடை, அது நம் கைகோர்த்து அழைத்துச் செல்லும் மேகதூரம், ஒளிப்புதிர்கள் நிகழ்த்தும் கண்பொத்தி விளையாட்டுகள், மேலும் அகப்பொருள் பேசும் கவிதைகள் ஊடாக ஞானமார்க்கத்தை எழுதும் மரபு சற்றே நெடியது. அந்த நீண்ட கண்ணியில் தன்னையும் இத்தொகுப்பு பிணைத்துக்கொள்கிறது.

அன்பின் ரஸவாதம் புளித்த திராட்சை ரசத்தை புதைத்து வைத்திருக்கும் ஆழத்தை குறியீடுகளால் எழுதிப் பார்க்கிறது. அது கடவுளைக் குறித்துப் பேசும்போது காதலையும் புலன்நுகர்வையும், புணர்ச்சியை தாபத்தின் தகிப்பைப் பேசுகையில் ஆன்மீகமாயும் தொனிக்கவல்லதாய் எழுதப் பட்டிருக்கிறது. ஞாபகம் என்பது பால்யநிலம் அதன் தூய சுவைக்காக காலத்தால் இழிந்த கவியின் மனம் அங்காடி நாயின் நாவாய் சுரந்து நிற்கிறது. அந்த நிலத்திலிருந்து நரையேறி எழுந்துவரும் முன்னாள் காதலன்/காதலி ஒரு விதை துளிர்க்கையில் இழக்கும் தொலியை பேழைக்குள் பொத்தி வைத்திருப்பவர்களாய் இருக்கிறார்கள்

உணர்வெழுச்சியை ஒரு பரீட்சார்த்த ஒழுங்கின்மைக்குள் எழுதிப் பார்ப்பது, முன் அறியப்பட்ட வடிவ அச்சுகளிலிருந்து பிறழ்ந்தொழுகுவது என தசாப்த இடைவெளிகளில் எழுதப்பட்டிருந்தாலும், தன் ஆதாரக் குரலிலிருந்து பிறழாமல் பேசுகிறவையாய் இந்த கவிதைகள் அமைந்திருக்கின்றன. ஆனால் கவிதைகளில் இயங்கும் அகம், அது தழுவிப் பேசும் வெளி, அதன் சுட்டுமொழி பற்றும் கூறுகள் துவக்ககாலக் கவிதைகளில் இருந்து இன்றைய கவிதைகள் வரை அடைந்திருக்கும் நெடில் – குறில் பயணம் கவனத்திற்குரியதும் விமர்சனத்திற்குரியதும் ஆம்.

வெகு நுட்பமாக கவிதையியல் பேசும் கவிதைகளை அணுக வேண்டி இருக்கிறது. அவற்றின் அடுக்குகள் வாசிக்கிறவரின் நொதிப்பை யாசித்து நிற்கின்றன. நிறைவேறட்டுமாக! ஆமென்.

ஒரு வீடு தன்னை உருவகிக்க
இதோ இந்த இடத்தைத் தேர்ந்தது.

இது பல வயிறுகளை நிரப்பிய
வயலாக இருந்ததே என் துயரம்.
எனது சர்க்கரைநோய் முடுக்கிய நாளாந்த நடை
இதுவழி நேர்ந்ததும் காரணம்.

வீடு தன் அடிப்படை கண்ட நாளில்,
இதுவழியொரு பையன் பெண். பள்ளிச்சீருடை.
அவனை இழுத்து, ஏதோ பிணக்கு, அவள்
தன் மார்போடு அணைத்துக்கொண்டாள்.

வர்ணம்பூசிய கோழிக்குஞ்சுகளுடன்
ஒரு கூடைக்காரன் அதுவழி போனான்.

வீடு தன் கூரையைப் போர்த்தி,
அந்தரங்கம் பண்ணிய பின்னொரு நாளில்,
அவன்தான்... அவனோடு
அந்தப் பச்சை வாசனை வீட்டுக்குள் ஏறிய
சித்தாளுக்கு மார்புவளம் தாராளம்.

ஒரு வெருகு குறுக்கோடியது, ஆமாம்.

அதே வீடுதான். ஒரு கனவின் முழுமை.
முற்றத்தில் ஒரு வெள்ளைக் கார்.
அவள்தான்... இறங்கியவள் அவளேதான்,
சின்னத்திரை நாயகிகளில் ஒருத்தி.

இரண்டுமூன்று நாய்கள் அவ்வழியே
ஒருமித்து ஊளையிட்டன.

நின்று, அவற்றின் கண்களை உற்று நேரிட்டேன்.
அடங்கின நாய்கள். அடங்காத
என் சர்க்கரை காரணம்
அலைந்தலைந்து வியர்க்கிறேன் பிறகும்.

இது ராஜசுந்தரராஜனின் கவிதை. இதற்குரிய interpretation இங்கே:

வர்ணம்பூசிய கோழிக்குஞ்சு, பதின்பருவத்தின் பள்ளிச்சீருடையில் ஒரு பையனும் பெண்ணும், ஒரு வெருகு, அந்தப் பச்சைவாசனை வீட்டுக்குள் ஏறிய சித்தாள், சின்னத்திரை நாயகிகளில் ஒருத்தி, அவ்வழியே இரண்டுமூன்று நாய்கள், சர்க்கரைநோய் முடுக்கிய நாளாந்த நடை, என் சர்க்கரை காரணம் அலைந்தலைந்து வியர்க்கிறேன் பிறகும்.

இந்த கவிதையில் இயங்கும் Empirical Self அது போக்கு காட்டும் திசைகள்; படிமங்களின் குணநலன்கள்/படிநிலைகள் உருவாக்கும் மெல்லிய தர்க்கம்; (வர்ணம்பூசிய கோழிக்குஞ்சு – இனக்கவர்ச்சி, அடுத்தது வேட்கையைச் சொல்லும் வெருகுநிலை இப்படியாக...)

இத்தனையும் செரித்து நிற்கும் அவ்வீடு அது யாரோ ஒருவரின் வாழ்நாள் கனவு. அதன் கீழ் பல்லாயிரம் இரைப்பைகள்.

ஒரு இளங்கவிஞனாக பெற்றுக்கொள்ள இன்னும் இருக்கிறது இந்தக் கவிதையில்.

இந்த உத்திவடிவம் பிடித்திருக்கிறது. ஒரு பெரிய கேன்வாஸ், அதற்குள் ஒரு லேயர், அதற்குள் ஒரு சின்ன தர்க்கம், அடிநாதமாய் காருண்யம், இணைக்கும் கண்ணிகளாய் இருப்பு.

சதா வெளியேறிக்கொண்டே இருக்கும் தனிமை பாதம்பதிக்கும் வீதி. அதன் முதல் காட்சியில் எப்போதும் எதிர்படும் நாய்கள், அவற்றின் குரல், புணர்ச்சி மற்றும் அதன் நிமித்தங்கள் பற்றிய கவிதைகள். மதுச்சாலைக்கு செல்லும் மற்றும் மீளும் பாதைகள். இவற்றின் இரண்டாம் அடுக்கில் அந்தச் சொற்கள் பேச எத்தனிக்கும் வீடுபேறு/ விடுதலை/ கருமங்கள்/ வினைப்பயன்/ கண்காணிப்பு/ நுகர்ச்சி/ பற்று/ பயணம் என விரியும் பிறிதோர் வரைபடவெளி (Alternate cartography) அதனதன் அலைவுதூரங்களுடன் கவிதையாகி இருக்கின்றன.

இயற்கை/அஃறிணைகளின் இயற்பியல் பண்புகள் மற்றும் அவற்றின் அறியப்பெற்ற பயன்பாடுகள், மனிதன் செலுத்தும் ஆதிக்கம் அல்லது அழித்தொழிப்புகள் – இந்த நெடும்பயணத்தோடு ஒரு மானுட உணர்வியல் சரடு கொண்டு சமைக்கப்பட்டதாய் கவிஞரின் அநேகக் கவிதைகள் காணக் கிடைக்கின்றன.

வலிந்து சொல்லாத தன்மை, உயிரியல்புகளை மிகை செய்து மீமெய்மை வகைப்பாடாய் துருத்துமாறு எழுதாமை கவிதைகளுடன் இன்னும் அணுக்கமாக்குகிறது.

இருப்பு மற்றும் வெளியேற்றம் (emancipation), தன்விடுதலை, அலைக்கழிப்புகள் என்பவை பொதுக்குணமாய் இருக்கும் பிரதிக்குள் அறுதியிட்டு கருத்துருவாய் மாற்றிவிடாத தன்மை அடிக்கோடிட வேண்டிய கவிதாம்சம்.

என் எளிய வாசிப்பில் துவக்ககாலக் கவிதைகளில் பொதுமை/ யுனிவர்சல்தன்மை பின்னாளைய கவிதைகளில் சற்று ஒடுக்கம் அடைந்து விட்டாற்போல் தோன்றுவது ஒருவேளை அதன்

இயங்குவெளிகளில் தோன்றும் குறுக்கம் காரணமாய் இருக்கலாம். காலமாற்றங்கள் மற்றும் சமூக மாற்றங்களுக்கேற்ப கவியின் பார்வையும் மாறி வந்திருப்பதை மொழியில் நிகழ்த்திக் காட்டியிருக்கும் உரையாடல்தன்மை மற்றும் வெளிப்பாட்டு முறைமைகள்வழி உணர வாய்க்கிறது.

"உயிர்மீட்சி" கவிதைகள் அதன் சொல்முறை இளக்கமும், பரிவு, கொதிப்பாய் மாறி கேள்விகளாகுதல்/ நிலைஅடைதல் மற்றும் வெளிப்பாடு பதிவான தொகுப்பென பேச சாத்தியங்கள்கொண்டது. வறட்சி/ இழிவரல்/ அவலம்/ வெற்றிடம்/ கையறுநிலை/ சினம்/ விடுதலை/ மீட்பு/ ஒழுக்கம்/ கட்டமைவுகள்/ மீறல் மீதான தர்க்கங்கள்/ இழப்பு மற்றும் சமாதானம்/ வாழ்வியல் சிடுக்குகள் குறித்துப் பேசத் தலைப்படுவதை உணரலாம்.

"முகவீதி" கவிதைகளில் வாழ்வுகுறித்த நம்பிக்கைகள்/ ஆறுதல்/ சகிப்பு/ காத்திருப்பு/ வினைபொய்ப்பின் எதிர் கொள்ளும் உந்தம்/ குற்றம்/ செயல்நேர்மை/ சுயவிசாரணை/ காமத்தின் மீதான தர்க்கம்/ இறைமை மீதான தத்துவ விசாரம்/ மானுட இருப்பின் சிக்கல் மீதான பார்வை/ பரிதவிப்பு/ கருணை போன்றவை ஆதார உணர்வுகளாய் பதிவு பெற்றிருக்கின்றன. இந்தக் கவிதைகளில் இருக்கும் விசாலம் மற்றும் அடுக்குகள் மீள் வாசிப்புகளில் புதிய வெளிகளுக்கு அழைத்துச் செல்லும் கூறுகளுடன் அமைந்திருக்கின்றதை நாம் உணர்கிறோம். உலகம்/ இயற்கை/ வாழ்வு அதனதன் தன்னியல்புகளுடன் இயங்குமுறைகளுடன் 'நேர்கையில்' குறுக்குவெட்டாக்கி பார்க்கும் கவிஞனின் பார்வை முகவீதி.

Complex Entanglements என்று அறுதியிட நெருக்கமான மது மற்றும் அதனோடு இணைந்த தனிமை/ வெளிக்கிடுதல்/ புணர்ச்சி/ புணர்வு நிமித்தம்/ அதன் பின்னான பரிபாஷைகள் கொண்டு நெய்த கவிதாவெளியில் இயங்கும் உளவியல் கூறுகள் மிக எளிய படிமங்கள் வழி ஆனால் அடர்வான மொழிவழி பயின்று வருவதைக் காண நேர்கிறது.

தனித்துவமான கவிதைமொழி மற்றும் புலனுகர்வு வழி அதீதப்ரக்ஞையை குறித்துப் பேசுவதாய் தோன்றும் இந்த கவிதைகள் பல அடுக்குகள் கொண்டவை. அவை வாசகனின் மொழியறிவைக் கோரி நிற்கின்றன. கச்சிதமான வார்ப்பு போல் ஒரு சொல் மிகாமல் குறையாமல் எழுதப்பட்டிருப்பதே பலம். அதுவே வெகு சொற்பமாய் கவி தவறுகிற இடங்களில் ஒருவித ப்ளாஸ்டிக் தன்மையை தோற்றுவிப்பதாயும் நேர்கிறது. கவிதைக்குள்

தத்துவார்த்தமான முரண்களும் தர்க்கங்களும் எவ்வளவு நெருக்கமோ அவ்வளவு அந்நியப்படவும் கூட வாய்ப்புண்டு. அது ஒரு தலைமுறையின் வாசிப்பு மற்றும் தேர்வுகள் இடைவெளியால் உருவானதாய் கொள்ள வேண்டியது.

ஒரு கவிதைவாசகனாக இணக்கமும் நெருக்கமும் புளகமும் தர்க்கமும் முரணும் தருகிற தொகுப்பாக என் நண்பர்களுக்கும் அமையும் என்ற நம்பிக்கையுடன் கவிஞரின் இந்த தொகுப்பை வாழ்த்துகிறேன்.

நேசமித்ரன்

திண்டுக்கல்
25.11.15